அஞ்சுதல் அஞ்சாமை

அமானுஷ்யத்திற்கு அப்பால் ஆராயும் கதைகள்

சாய்ரேணு சங்கர்

ukiyoto®

Ukiyoto Publishing

அனைத்து உலகளாவிய வெளியீட்டு உரிமைகளும்

Ukiyoto Publishing

சேர்ந்தது

Published in 2021

ISBN 978-93-5490-345-8

இந்த படைப்பு ***Pachyderm Tales***
உடன் இணைந்து தயாரிக்கப்படுகிறது

www.pachydermtales.com

உள்ளடக்கம்

க(கொ)லையின் விலை!

விக்னேஷ் வானத்தில் மிதந்துகொண்டிருந்தான். அவன் கார் ஈ சி ஆர் ரோட்டில் இறகு போல மிதந்தது. மகிழ்ச்சி பொங்கப் பொங்கக் காரை விரட்டினான்.

என்ன சுத்தமான, அழகான ஒரு கொலை! என்ன அற்புதமாகச் செய்திருக்கிறேன்!

அவன் கலைஞன். கொலை செய்தால்கூட, கச்சிதமாக, அழகாக, கலைநயத்தோடு செய்ய வேண்டும் என்று விரும்புபவன்.

முதல் வேலையாக, தான் பாண்டிச்சேரி போவதாக அக்கம்பக்கத்தில் எல்லோரையும் நம்ப வைத்தாயிற்று. அடுத்துத் தன் கம்பெனி காரில் கிளம்பி அதை ஒரு ஆளில்லாத தோப்பில் நிறுத்தியாயிற்று. பிறகு அவனுடையது என்று யாருமே அறியாத ஒரு காரில் திரும்பி வந்தாயிற்று. இதற்காகத்தானே ஒரு பழைய காரைச் சுந்தரின் பெயரில் வாங்கியிருக்கிறான்!

தன் சாவியைக் கொண்டு சப்தமின்றிப் பின்கதவைத் திறந்தான். அவள் வழக்கப்படி, தாரா

ஹாலில் நைட் லாம்ப் கண்சிமிட்ட அமர்ந்து டீ வி பார்த்துக் கொண்டிருந்தாள். அவளைக் கூப்பிடவோ, வேறு எந்த முறையிலும் அவள் கவனத்தைக் கவரவோ இல்லை விக்னேஷ். பட்டென்று மயக்கமருந்து தடவிய கைக்குட்டையை அவள் மூக்கில் வைத்து அழுத்தினான். அவள் மயங்கிச் சரிந்ததும் ஒரு கோணிச் சாக்கில் போட்டுக் கட்டி, அதை ஊருக்கு வெளியே ஒரு சேற்றுக் குழியில் எறிந்து தாராவிற்கு ஜலசமாதி கட்டிவிட்டான். ஏற்கெனவே ஒரு கைப்பெட்டியில் அவள் உடைகளை எடுத்து வைத்திருந்தான். அதையும் சேற்றுக் குழியில் எறிந்தான்.

அவள் அந்த ராஸ்கல் சுந்தரோடு ஓடிப் போய்விட்டதாய்த் தான் செட்டப் செய்த லெட்டரை வீட்டில் வைத்துவிட்டுத்தான் வந்திருக்கிறான். சுந்தர் தாராவின் மாமா பையன்தான், இருக்கட்டும், அதற்காக என்ன இழைசல் வேண்டிக் கிடக்கிறது? எதற்காக வாரம் ஒரு முறை வீட்டுக்கு வருகிறான்? அவனுக்கும் ஒரு வெடி வைத்ததாக இருக்கட்டும்.

தாரா எழுதியதாக அவன் தயாரித்த கடிதம்! அது ஒரு தலைசிறந்த கலைப் படைப்பு என்பதே விக்னேஷின் அபிப்ராயம். அது தான் எழுதியதல்ல

என்று சொல்லத் தாராவே தயங்குவாள். வெறும் கையெழுத்து ஒற்றுமையை மட்டும் சொல்லவில்லை, அதில் தாராவின் குணாதிசயங்கள் கலந்திருந்தன. அவள் அன்றாடம் பயன்படுத்தும் சொற்கள் சாமர்த்தியமாய்ச் சேர்க்கப்பட்டிருந்தன.

தான் திரும்ப வரப்போவதில்லை என்றும், இந்தக் கடிதத்தை விக்னேஷ் ஒரு விடுதலைப் பத்திரமாகவே பாவிக்கலாம் என்றும், அவன் யாரை வேண்டுமானாலும் மறுமணம் செய்துகொள்ளலாம், அதற்குத் தாரா தடையாக இருக்க மாட்டாள் என்றும் மிகக் கவனமாகவும் தெளிவாகவும் அந்தக் கடிதத்தில் கண்டிருந்தது.

கார் மூட்டையோடு மூழ்குவதை ஒரு குரூர திருப்தியோடு பார்த்துக் கொண்டிருந்தவன், அருகிலுள்ள தோப்பிலிருந்து கம்பெனிக் காரை எடுத்துக் கொண்டான். ஆனந்தமாகப் பாண்டிச்சேரி சென்று தங்கினான். ஒரு நாள் முழுக்க ஓய்வு எடுத்துக் கொண்டான். அன்று அவன் செய்த ஒரே ஒரு காரியம், தன் மனைவியின் கைபேசிக்குப் பல மிஸ்ட் கால் அழைப்புகளை அனுப்பியது தான்.

அந்த அழைப்புகளை யார் எடுப்பார்கள்? தாராதான் இப்போது உயிரோடு இல்லையே! வேலைக்காரி,

அக்கம்பக்கத்தவர் யாரேனும் கவனிக்கலாம் என்கிறீர்களா? அதுவும் நடக்காது, அந்தக் கைபேசியைத்தான் விக்னேஷ் கையோடு எடுத்து வந்துவிட்டானே!

மறுநாளும் பலமுறை தன் மனைவியின் எண்ணுக்கு அழைத்தான் சிரித்துக் கொண்டே. மாலை ஏழு மணி ஆகியிருந்தபோது, அந்த எண்ணிலிருந்து தன் எண்ணுக்கு ஒரு குறுஞ்செய்தி அனுப்பினான்.

"அன்புக் கணவருக்கு, வீட்டைவிட்டுப் போகிறேன், சுந்தரோடு சுகமாக வாழ. இப்படிக்கு - அன்பில்லாத தாரா."

எப்படி? அருமையாக இல்லை வரிகள்?

இனி அவன் செய்ய வேண்டியதெல்லாம் இந்தக் கைபேசியை உடைத்துச் சாக்கடையில் எறிந்துவிட்டுச் சென்னை கிளம்ப வேண்டியது. வீட்டுக்குப் போய் தாராவைக் காணாமல் தவித்து, "அவள் எழுதிவைத்த கடிதத்தைக்" கண்டெடுத்து, அக்கம்பக்கத்தாரையெல்லாம் அழைத்து அமர்க்களம் பண்ணி, கடிதத்தையும் குறுஞ்செய்தியையும் காண்பித்து…

அதெல்லாம் ஜமாய்த்துவிடுவான் விக்னேஷ். அவன் பிறவிக் கலைஞன்.

அப்புறம்...

அப்புறம்... ஒரு மாதங்கழிந்ததும்... அமளி அடங்கியதும்... சுபத்ரா!

சுபத்ரா... தாராவின் உயிர்த் தோழி! அவள் உயிர் நீங்கக் காரணமான தோழி!

அவளின் மேனியழகை நினைக்க நினைக்க விக்னேஷின் நரம்புகள் சுண்டியிழுத்தன. அவள் நிறத்தில், உடையலங்காரத்தில், கண்களில், புன்னகையில் டன் டன்னாய்க் காந்தம்.

அன்று என்ன சொன்னாள் அவள்? "விக்கி, தாரா மட்டும் உன் மனைவியாக இல்லாமலிருந்தால் இதற்குள் நான் உன்னைக் கல்யாணம் பண்ணியிருப்பேன்." உடனே தாரா பக்கம் திரும்பி "தாரா, விக்கியை நீ விட்டுடற மாதிரி அபிப்ராயம் இருந்தா என்னிடம் ஒரு வார்த்தை சொல்லிடு. அவனை நான் கொத்திக் கொண்டு போயிடுவேன்!" என்றாள். அந்த முட்டாள் தாரா அதையும் ஜோக் என்று எண்ணிச் சிரித்தது.

அவனுக்கும் தாராவுக்கும் ஓர் இழைப் பொருத்தம்கூட இல்லை. இது சுபத்ராவுக்குத் தெரியும். அவனுக்குச் சுபத்ராமீது கரைகாணாக் காதல். இதுவும் சுபத்ராவுக்குத் தெரியும்.

"இனி நீ என்ன செய்யப் போகிறாய் கண்ணாளா?" என்று கேளாமல் கேட்கிறாள். அவனை வம்புக்கிழுக்கிறாளாம்!

விக்னேஷின் சுகமான நினைவுகள் அடிக்கடி விசில்களாய் வெளிப்பட்டன.

சுபத்ரா, தாராவுக்குத் தெரியாமல் நாம் தாராளமாய்ச் சந்தித்திருக்கலாம். அது ஒரு முட்டாள். என்னை நம்பிய முட்டாள். ஆனால், எனக்கதில் விருப்பம் இல்லை கண்ணே! எனக்கு நீ முழுமையாக வேண்டும். உரிமையோடு வேண்டும். அள்ளக் குறையாத உன் சொத்துகளோடு வேண்டும். கடைசிவரை வேண்டும்.

அல்லது உன்னைவிடச் சிறப்பான ஒரு பட்சி அகப்படும்வரை வேண்டும் என்று சொல்லலாமா? நான் கலைஞன். கலைஞர்களில் மன்னன். இன்னும் பல வெற்றிகள், பல உலகங்கள் என் கலைக்கு விலையாகக் காத்திருக்கின்றன. முதல் விலை – நீதான், சுபத்ரா!

புதுச்சேரியிலிருந்து வீடு வரும்வரை சீட்டியடித்துக் கொண்டேயிருந்தான். சீட்டியடித்துக் கொண்டே கதவைத் திறந்தான். சீட்டியடித்துக் கொண்டே ஹாலை அடைந்தான்...

நைட் லாம்ப் கண்சிமிட்டியது. அவன் வெளியேறும்போது அதை அணைத்ததாகத் தோன்றுகிறதே! சரி, மறந்திருப்பேன், பரவாயில்லை.

அது என்ன வெளிச்சம்? ஓ, டீவி. ஏதோ நிகழ்ச்சி ஓடிக் கொண்டிருக்கிறது.

இதை நிச்சயம் அணைத்தேன். டீவியை அணைத்துவிட்டுத் தான் தாராவைக் கோணிக்குள் அடைத்தேன்.

யாரை? யாரைக் கோணிக்குள் அடைத்தேன்?

அதே சோஃபா. அதில் அமர்ந்துகொண்டு, டீவி பார்த்துக் கொண்டு, அதே தாரா!

பொறு, விக்னேஷ்! இது உண்மையல்ல, நீ தாராவைக் கொன்றுவிட்டாய். அவள் எப்படி இங்கே அமர்ந்திருக்க முடியும்?

ஒருவேளை அவள் தப்பித்திருந்தால்?

அந்த ஆழங்காண முடியாத சேற்றுக் குழியிலிருந்தா? என்ன பேத்துகிறேன்? இது ஏதோ மாயை. இந்தக் குறைந்த வெளிச்சத்தில் உருவம்போல் தோன்றுகிறது. மனப் பிரமை. பார், அவள் அசையவேயில்லை. நான் ட்யூப் லைட்டைப் போட்டுவிட்டால் இந்தத் தோற்றம் மறைந்துவிடும்.

ஆனால் எத்தனை முயன்றும் விக்னேஷால் ஸ்விட்சைப் போட முடியவில்லை. தான் நின்ற இடத்திலிருந்து நகரக்கூட முடியவில்லை.

தைரியம் கொள், விக்னேஷ். லைட்டைப் போடு. இது வெறும் தோற்றம். அது அசையவேயில்லை பார்...

தாரா... அல்லது அது என்னவோ... லேசாக அசைவது போலிருந்தது. விக்னேஷுக்குத் தூக்கிவாரிப் போட்டது. இதயம் ரேஸ் குதிரையின் குளம்பானது.

இது தாராவின் ஆவி!

சீ! அப்படி ஒன்றும் கிடையாது.

இல்லை. துர்மரணம் அடைந்தவர்கள் ஆவியாக அலைவார்கள். பழிவாங்குவார்கள்....

இல்லை, என் கண் என்னை ஏமாற்றுகிறது. பார், உண்மையில் அது அசையவில்லை. இப்போது மறைந்துவிடும். இதோ, நான் கண்ணை மூடுகிறேன். திறந்து பார்த்தால் அது இருக்காது.

கண்களை மூடித் திறந்தான். அந்த உருவம் அப்படியே இருந்தது.

மெதுவாக அந்த உருவம் திரும்ப ஆரம்பித்தது ...

வேண்டாம்! திரும்பாதே! திரும்பாதே! உன் முகத்தில் சேறு ஒட்டியிருக்கும்! மூக்கில் ரத்தம் வழிந்து கட்டியிருக்கும்! எனக்கு அதைப் பார்க்க வேண்டாம்! நான் அழகை மட்டுமே பார்ப்பவன், ரசிப்பவன். நான் கலைஞன். உன் அசிங்க முகத்தை என்னிடம் காட்டாதே! போ! போய்விடு, தாரா!

படாரென்று ஏதோ இதயத்தில் தெறிக்க, அலறக் கூட முடியாமல் விழுந்தான் விக்னேஷ். கடைசியாக ஒரே ஒரு வார்த்தை குழறலாக அவனிடமிருந்து வெளிப்பட்டது...

"தாரா!"

***

"மாஸிவ் அட்டாக். திடீர்னு கார்டியாக் அரெஸ்ட் ஆகியிருக்குன்னு டாக்டர் சொல்றார்" கண்ணீருக்கிடையில் சொன்னாள் தாரா. அவள் கண்கள் அழுது அழுது சிவந்து வீங்கிப் போயிருந்தன. அக்கம்பக்கத்தாரும் உறவினரும் அதிர்ச்சியில் ஆறுதல் சொல்லக்கூட முடியாமல் மௌனமாக அவளைச் சூழ்ந்து அமர்ந்திருந்தார்கள்

"தனக்கு ஏதோ ஆகப் போறதுன்னு தெரிஞ்சுதான் அவசரமா வீட்டுக்கு வந்திருக்கார். என்னைக்

கூப்பிட்டுக்கிட்டே கீழே விழுந்துட்டார். எனக்கு உதவிக்குக் கூட யாரும் இல்லே. வீட்டிலே தனியா இருக்கேன். என் மொபைலை ரெண்டு நாளா காணோம், யாரையும் கூப்பிட முடியலே. இவர் ஊருக்குப் போறார்னு என் ஃப்ரெண்ட் சுபத்ராவை வந்து துணைக்கு இருக்கச் சொன்னேன். இவர் போனதும் அவ வந்தா. அவளுக்கு என்ன தோணுச்சோ, திடீர்னு நேற்று ராத்திரி சொல்லிக்காம கிளம்பிப் போயிட்டா!" தாரா அழுதுகொண்டேயிருந்தாள்.

***

கொலையை ஒரு கலையாகச் செய்து, அதற்குத் தன்னையே விலையாகக் கொடுத்த விக்னேஷின் உடல் தரையில் மாலைகளால் மறைக்கப்பட்டுக் கிடந்தது. அதைப் பார்த்துக் கொண்டே, அருகிலிருந்த ஊதுபத்திப் புகையில் கரைந்துகொண்டே...

விக்னேஷ் வானத்தில் மிதந்து கொண்டிருந்தான்.

யாரது?

செங்குளம் அருகே அந்த பஸ் வந்து நின்றது.

மதுரையிலிருந்து வரும் ஒரே பஸ் அது. கிராமங்களில் சுற்றிவிட்டுக் கல்லுப்பட்டிக்குச் செல்லும். செங்குளத்தின் அந்த ஆலமரத்தடி பஸ்-ஸ்டாண்டில் வந்து இறங்கினான் வினீத். ஆலமரத்தடியில் ஒரு சிறிய கடை. டீக்கடையும் பெட்டிக்கடையும் இணைந்தது.

"சரியான கோட்டயம் புஷ்பநாத் செட்டப்" என்று மனதிற்குள் எண்ணிச் சிரித்துக்கொண்டான் வினீத்.

"அண்ணாச்சி! ஒரு டீ!" என்ற வினீத்தை உற்று நோக்கினான் கடைக்காரன் பொன்னுச்சாமி.

இளைஞன். கருப்புப் பேண்ட், கருப்பு ஷர்ட்டில் அவனுடைய சந்தன நிறம் மேலும் பளிச்சென்று தெரிந்தது. காலேஜ் மாணவன், பாங்க் ஆஃபீஸர், ஹவுஸ் சர்ஜன், சப் இன்ஸ்பெக்டர் என்று எந்த ரோலுக்கும் பொருந்துவான் போன்று முகத் தோற்றம்.

"தம்பி யாரூட்டுக்கு வந்திருக்கீய?" என்று டீயைக் கொடுத்தவாறே விசாரணையில் இறங்கினான் பொன்னுச்சாமி.

டீக்கடைக் கௌண்ட்டர் மீதே அந்த ஆவிபறக்கும் கிளாஸை வைத்துவிட்டு பொன்னுச்சாமியை ஏறிட்டான் வினீத். "யார் வீட்டுக்கும் இல்ல, இந்த ஊர்த் தலையாரியைப் பார்க்க வந்திருக்கேன்" என்றான்.

"அவுகள என்ன விசயமா..." என்று இழுத்த பொன்னுச்சாமியின் கண்ணில் டீக்கடையை நோக்கி வந்துகொண்டிருந்த ஒரு உருவம் பட்டுவிட்டது. "உன் அதிர்ஸ்ட்டம், தலையாரியே வந்துட்டிருக்காரு பாரு" என்றான். வினீத் டீயை மறந்தவனாக பொன்னுச்சாமி காட்டிய திசையில் நோக்கினான்.

"பொன்னு, ஒரு டீ போடுப்பா" என்றவாறே அருகில் வந்தார் தலையாரி மாணிக்கம். வினீத்தை விநோதமாகப் பார்த்தார்.

"தம்பி உங்களைத்தான் பார்க்க வந்துருக்காப்படி" என்றான் பொன்னு.

"ஆருப்பாது?" என்றார் மாணிக்கம்.

"வணக்கங்க" கைகூப்பினான் வினீத். "எனக்குச் சென்னை. நான் ஒரு எழுத்தாளன். பல இடங்களுக்கும் போய்ப் பார்த்து என்னுடைய சொந்த அனுபவங்களை எழுதறதை வழக்கமா வெச்சுக்கிட்டிருக்கேன். இந்தச் செங்குளம் கிராமத்தில் ஏதோ அமானுஷ்ய சங்கதிகள் நடக்கறதா..."

"கேள்விப்பட்டுப் பார்க்க வந்திங்களாக்கும்! பார்த்தா எழுத முடிய வேணாமா? எங்க வந்துருக்கோம், என்ன செய்யறோம்னு தெரிஞ்சு செய்யணும்! ஏதோ கேள்விப்பட்டா, புறப்பட்டு வந்துர்றது, கழுத்தில் காமிராவை மாட்டிக்கிட்டு! பாத்தியாடே பொன்னு, இதைத்தான் இளங்கன்னு பயமறியாதுன்னு சொல்றது!" என்று பொரிந்து தள்ளினார் மாணிக்கம்.

வினீத் சிறிதுநேரம் அமைதியாக நின்றான். பிறகு "ஐயா! ஏதோ இவ்வளவு தூரம் வந்துட்டேன். இங்கே என்ன நடக்கறது, எல்லாரும் என்ன பேசிக்கறாங்க, அதில் எவ்வளவுதூரம் உண்மைன்னு மட்டும் தெரிஞ்சுக்கிட்டுப் போயிடறேனே. நீங்க மட்டும் என்னிடம் பேசினாலே போதும். எங்க எடிட்டர் சாரங்கபாணி உங்களுக்குக் கடிதம் கொடுத்துவிட்டிருக்கார்" என்று கடிதத்தை நீட்டினான்.

"அவரு எனக்கு நல்லா தெரிஞ்சவருதான், ஒருதபா நம்ம ஊருக்குக்கூட வந்திருக்காரு" என்றவாறே கடிதத்தைப் பிரித்தார் மாணிக்கம்.

"ஆருண்ணே, எனக்குத் தெரியலியே" என்றான் பொன்னுச்சாமி. பஸ்-ஸ்டாண்டில் கடை போட்டிருப்பதால் ஊருக்குள் வரும் யாரும் தனக்கு ஆஜர் கொடுக்காமல் உள்ளே போகக் கூடாது என்பது அவன் கொள்கை.

மாணிக்கம் கோபிக்கவில்லை. "அட! நம்ம சின்னப் பொண்ணு சடங்கானபோது காரைப் போட்டுக்கிட்டு வரலையா? ஒரு மெட்ராஸ்காரவுகளும் அவுக வீட்டம்மாளும்?" என்றவாறே கடிதத்தைப் படித்தவர், "சரிசரி, உங்களுக்கு இங்கே உள்ள விசயங்களைச் சொல்லச் சொல்லியிருக்காரு. முடிஞ்சா நீங்க போட்டோ எடுத்துக்க இரண்டொரு இடமும் காட்டச் சொல்லியிருக்காரு. பார்க்கலாம். முதல்ல டீயைக் குடிங்க" என்றார்.

நம்பிக்கை வந்தவனாக, வினீத் டீயைக் குடித்தான். வெயிலில் டீ சற்றும் ஆறவில்லை. நாக்கில் துளை போட்டுக் கொண்டு குடித்து முடித்தான்.

***

டீக்கடை இருந்த ஆலமரத்திலிருந்து சற்று விலகி நின்றார் மாணிக்கம். "அதா அங்கிட்டு ஒரு மலை தெரியுதா தம்பி?" என்று கேட்டார். பதிலை எதிர்பாராமல் தானே தொடர்ந்து பேசலானார். "அந்த மலையிலதான் நீலி இருக்குது."

"நீலியா? அப்படின்னா? நீலக்கலர் ஆவியா?" என்றான் வினீத் சிரித்தவாறே.

"நீங்க சின்னப்பிள்ளைங்க, இதையெல்லாம் நம்ப மாட்டீங்க. உங்கள மாதிரி சின்னப்பிள்ளைங்க அந்தக்காலத்தில் பண்ணி வெச்ச கோராமைதான் இப்போ நீலி, மோகினின்னு திரியுது... அப்பவும் நீங்க திமிர்ப்பேச்சு பேசிக்கிட்டுத் அலையுதீங்க! நாங்க பெரியவுக தான் தவிக்கிறோம்!" என்றார் மாணிக்கம் காட்டமாக.

"ஐயா கோபிக்காதீங்க. ஏதோ தெரியாம சொல்லிட்டேன்" என்று வினீத் தண்மையாகக் கூறியதும் மாணிக்கத்தின் கோபம் தணிந்தது.

"செரி விடுங்க. இந்த ஊர்ல நடந்துட்ட விசயம் அப்படி. நீங்களும் பல இடம் போய் பலதும் பார்த்தவுக. சொன்னா புரிஞ்சுப்பீங்க, நம்பவும் நம்புவீங்க" என்றவர் "அந்த மலையைப் பார்த்தீங்களா?" என்று மறுபடி ஆரம்பித்தார்.

வினீத் மௌனமாக அண்ணாந்தான்.

"இங்கிட்டிருந்து ஏறுறது சுளுவு. அந்தப் பக்கம் செங்குத்து. கிடுகிடு பள்ளம்" என்றார் மாணிக்கம்.

மௌனம்.

"உன் வயசுதான் இருக்கும், சின்னப் பண்ணைக்கு. அவரு செய்துட்ட ஒரு காரியந்தான் எல்லாத்துக்கும் காரணமாகிடுச்சு. அம்பது வருசங்களாகியும் இந்த ஊர் அந்த ஆபத்திலிருந்து மீளவேயில்லை" ஒரு பெருமூச்சுவிட்டார் மாணிக்கம்.

"யார் சின்னப் பண்ணை? என்ன நடந்தது?" என்றான் வினீத்.

மீண்டும் ஒரு பெருமூச்சுவிட்டு, ஆரம்பித்தார் தலையாரி மாணிக்கம்.

***

எனக்குப் பத்து வயசிருக்கும். என் அப்பாரு பண்ணையில் வேலை பார்த்துக்கிட்டிருந்தாரு. என் அப்பாரு என்ன, இந்த ஊரில் முக்கால்வாசிப் பேர் பண்ணையில்தான் இருந்தாங்க. நஞ்சையும் புஞ்சையுமா வயக்காடு, வீடுங்க எல்லாம் உண்டு. மதுரையிலும் சொத்துகள் வாங்கி, ஒரு ராஜ்ஜியமே நடத்திக்கிட்டிருந்தாங்க.

பெரிய பண்ணையைப் பார்த்திருக்கணும் நீங்க! புலி மாதிரி இருப்பாரு. அவருக்குக் கோபம் வந்துட்டா அவங்க சம்சாரம், பிள்ளைங்களிலிருந்து பண்ணையாளு, சமையலாளு வரைக்கும் எல்லாருக்கும் பீதிதான்.

ரெண்டு பசங்க அவருக்கு. மொதப் பிள்ளையத் தன் கூடவே வெச்சுக்கிட்டுப் பண்ணை வேலையில் பழக்கினாரு. சின்னப் பண்ணை நல்லா படிச்சாரு. இங்க ஆரம்பப் பள்ளியில் படிச்சுட்டு, கல்லுப்பட்டியில் மேல படிச்சாரு. மதுரையில காலேசு. சட்டப்படிப்பு!

படிப்பு முடிஞ்சு இங்கே வந்துட்டாரு. ஆறு மாசங்களிச்சு, அவருக்கு மதுரையிலேயே ஆபீஸு வெச்சுத் தரதா பெரிய பண்ணையாரய்யா சொல்றதை நானே கேட்டிருக்கேன்.

ஒரு மாசங்களிச்சு, பெரிய பிள்ளைக்குக் கல்யாணம் நடந்தது. மதுரையில் பெரிய வியாபாரி வீட்டுப் பொண்ணு! அழகும் அதிகாரமும் ராசகுமாரி மாதிரி இருப்பா. சின்னப் பண்ணைக்குக் கோர்ட்டு ஜர்ச்சையா வீட்டுல பெண் பார்த்துக்கிட்டிருந்தாங்க.

அப்போதான் எங்க ஊருக்குக் குடிவந்தாங்க, நீலவேணியும் அவ அப்பாரும். நீலவேணியோட

அப்பா பண்ணையிலே வேலைக்குச் சேர்ந்தார். வேலையாளுங்களுக்கு மதியச் சாப்பாடு பண்ணையிலேயே போடுவாங்க. நீலவேணி சாப்பாடு எடுத்து வருவா. வீட்டிலும் பண்ணையிலும் சொன்ன வேலையெல்லாம் செய்வா. அதனால எங்க சின்னப் பண்ணையுடைய பார்வையில் அடிக்கடி பட்டா.

சொல்ல மறந்திட்டேனே, நீலவேணி கண்ணைப் பறிக்கற அழகு. அது பத்து வயசிலேயே எனக்குப் புரிஞ்சது. மாநிறந்தான், ஆனா பல்லு முத்துமாதிரி டாலடிக்கும். கண்ணு நட்சத்திரம் மாதிரிப் பளீர் பளீர்னு மின்னும்.

நல்லா நினைவிருக்கு, அன்னிக்கு வெள்ளிக்கிளமை. பெரிய பண்ணையாரய்யா என் அப்பாரைக் கூப்பிட்டு, மதுரைக்கு வண்டி கட்டிட்டுப் போய் ஐர்ச்சய்யா குடும்பத்தை அளைச்சுக்கிட்டு வரச் சொல்லியிருந்தாரு. பரிசம் போடறதா இருந்தாங்க போல. என் அப்பாரு காலையிலேயே பெரிய வீட்டுக்கு வந்திட்டாக. அவருக்குத் தூக்குச் சட்டியில் சாப்பாடு எடுத்துக்கிட்டு நான் பின்னாடியே ஓடியாந்தேன்.

எங்க அப்பாரு வண்டியில ஏறப் போறாக, என்னைப் பார்த்துட்டு நிக்காக. அப்போ சின்னப் பண்ணை வாராரு. கூடவே நீலவேணி!

எங்க அப்பாரு "பெரியய்யா!!"ன்னு கத்திட்டாக. பெரிய வீட்டுலேர்ந்து எல்லாரும் வெளியே வந்திட்டாங்க.

சின்னப் பண்ணையும் நீலவேணியும் பெரியவங்க கால்ல விழுந்து வணங்கறாங்க. வீட்டுக்காரங்க பிரமிச்சு நிக்கறாங்க. நாங்க வேலையாளுங்க எல்லாரும் வெடவெடன்னு நடுங்கிக்கிட்டு நிக்கறோம்.

"அப்பா, நான் நீலவேணியைக் கல்யாணம் பண்ணிக்கிட்டேன்"ன்னு சின்னப் பண்ணை ஏதோ சொல்றாரு. அம்மாவும் மூத்தவரும் அவரை ஏதேதோ திட்டறாங்க. பண்ணையாரைய்யா பிரமிச்சு நின்னவரு நின்னவருதான்.

திடீர்னு "எல்லாரும் பேசாம இருங்க"ன்னு ஒரு அதட்டல் போட்டாரு பண்ணையாரய்யா. சின்னப் பண்ணையையும் நீலவேணியையும் வீட்டுக்குள்ள அளைச்சுப் போயிட்டார். பண்ணையாருக்கு ரொம்ப விருப்பமான மகனானதுனால, பெரிய பண்ணையாரய்யா அவரை மன்னிச்சு ஏத்துக்கிட்டதா என் அப்பாரு அம்மாகிட்ட சொல்லிட்டிருந்ததை நான் கேட்டேன். ஒரு பெரிய பிரளயம் நடக்க இருந்தது நடக்காம போச்சுன்னு ஊர்ல எல்லோரும் மூச்சு விட்டாங்க.

ஆனா அடுத்த பிரச்சனை ஆரம்பிச்சது. பண்ணையோட மூத்த மருமக அதை ஆரம்பிச்சா. "இவ்வளவு பெரிய தவறு செய்த இரண்டாவது பிள்ளையைக் கொஞ்சம்கூடக் கோபப்படாமல் ஏத்துக்கிட்ட உங்க அப்பா நாளைக்குப் பாகம் பிரிக்கறதுன்னு வரும்போது உங்களுக்கு என்ன கொடுக்கப் போறாரு? உங்களை நல்லா ஏமாத்தத்தான் போறாரு. என்னைவிட உயர்ந்த நிலைல அந்தப் பண்ணையாளு பொம்பிளை இருந்தா நான் தற்கொலை பண்ணிப்பேன்" என்று தன் கணவனை மிரட்டியிருக்கா.

முடிவில் மூத்த பண்ணையும் அவர் மனைவியுமா சேர்ந்து சின்னப் பண்ணையையும் நீலவேணியையும் கொன்னுடவே முடிவு செய்துட்டாங்க. இந்த விஷயம் தெரிஞ்ச என் அப்பாரு, பெரிய பண்ணையாருகிட்ட அவங்க சதியைச் சொல்ல ஓடிவந்தாரு. அவரைப் பிடிச்சு அடைச்சு வெச்சிட்டாங்க. சின்னப் பண்ணையையும் நீலவேணியையும் கொல்லப் பார்த்தபோது அவங்க தப்பிச்சுக்கிட்டு ஓடினாங்க. எப்படியோ தப்பிச்சுக்கிட்ட என் அப்பாரும் அவங்களைக் காப்பாத்த ஓடினாரு.

இதோ, இந்த மலை மேல ஏறி ஓடினாங்க. மூத்த பண்ணையோட ஆளுங்க நீலவேணியைத் தள்ளி

விட்டுட்டாங்க. பாவம், வாழ வேண்டிய அவ சிதறிச் செத்தா.

அப்புறம், பெரிய பண்ணையோட ஆளுங்க கிட்டருந்து சின்னப் பண்ணையைக் காப்பாற்ற என் அப்பாரு முயற்சி செய்தாரு. அவரையும் மலை மேலேர்ந்து உருட்டி விட்டுட்டு, சின்னப் பண்ணையைத் தூக்கிட்டுப் போயிட்டாங்க.

அன்னியிலிருந்து நீலவேணி நீலியா மாறி இந்த மலைப்பக்கம் நடமாடிக்கிட்டிருக்கா! கனவாட்டம் அம்பது வருசம் ஓடிப் போச்சு. இன்னும் அவளோட பழிவாங்கற வெறி அடங்கல.

இந்தா, பொன்னுச்சாமி இருக்கானே, காலையில் நல்லா வெளுத்த பொறவு வருவான், பொளுது சாயறதுக்குள்ள கடையை மூடிட்டுப் போயிடுவான். பொளுது சாய்ஞ்சுட்டா, இங்கே நீலி ஆட்சிதான்!

ஆறு மணி வாக்கில, இப்போ நீங்க வந்து இறங்கின அதே பஸ்ஸு வரும், மதுரைக்குப் போக. அவசியம் அதில் போகணும்னு உள்ளவங்க மட்டும் உசிரைக் கையில் பிடிச்சுக்கிட்டு சரியா நேரத்துக்கு வந்து பஸ் வந்ததும் ஏறி ஓடிடுவாங்க. வேறு வெளியூருக்குப் போறதையோ, பொளுது சாய்ஞ்சப்புறம் வரதையோ முடிஞ்சவரை தவிர்த்திடுவாங்க.

தவறிப்போய் யாராவது இங்க மாட்டிக்கிட்டா, அவ்வளவுதான். நீலி அவனை எப்படியாவது இழுத்துப் போயிடும். ஆளுக்குத் தகுந்த மாதிரி வடிவத்துல வரும். இப்போ உங்களை மாதிரி வயசுப் பசங்க வந்தா, அழகான கன்னிப் பொண்ணு ரூபத்தில வரும். பெண்ணோ, குடும்பஸ்தரா இருந்தாலோ, கர்ப்பிணிப் பொண்ணு மாதிரி வரும். இப்படித்தான் வரும்னு, இன்ன நேரத்தில்தான் வரும்னு யாரும் சொல்ல முடியாது.

உங்கள மாதிரி வாலிபப் பசங்களப் பார்த்துட்டா, நீலிக்கு ஒரே கொண்டாட்டம்தான். அவங்களை எப்படியாவது ஈர்த்து மலையுச்சிக்குக் கொண்டுபோய்க் கொன்னுரும்.

***

தலையாரி சொல்லி முடித்தார்.

"என்னங்க, இவ்வளவு கொடூரமான விஷயங்களெல்லாம் நடக்குது, அதுவும் அம்பது வருஷமா நடக்குதுன்னு சொல்றீங்க. இதுக்கு நீங்க எந்த ஆக்ஷனும் எடுக்கலையா?" என்று கேட்டான் வினீத்.

"நீலியாவது ஒண்ணாவது, எல்லாம் டுபாக்கூர்" என்கிற பாணியில் அவன் பேசாததே தலையாரிக்கு

நிம்மதியாய் இருந்ததுபோலும். ரொம்பத் தெரிந்தவர்களிடம் பேசுவதுபோல் அவனிடம் பேச ஆரம்பித்தார்.

"இத்தனை வருசமா நீலி இவ்வளவு வேலை காட்டலை தம்பி! ஏதோ அங்கொண்ணும் இங்கொண்ணுமா நடந்துக்கிட்டிருந்தது. வரவர அதோட அட்டகாசம் அதிகமாயிட்டே போகுது. அதனால இப்போ மதுரைக்கு வந்திருக்கற ஒரு பிரபல மந்திரவாதிக்கு லெட்டர் போட்டோம், போன் போட்டும் பேசினோம். ஆனா அவர் வரதா சொல்லல. நேரிலேயே போய் அவரைக் கூட்டிட்டு வரலாம்னுதான் நான் கிளம்பினேன். கல்லுப்பட்டிக்கு நடந்துபோய் அங்கிருந்து வேற பஸ் பிடிச்சுப் போயிடலாம்னு இருந்தேன்."

"அடடா! நான் வந்து உங்க வேலையைக் கெடுத்துட்டேனா?"

"அதனால என்ன தம்பி? எங்க ஊருக்கு நல்லது செய்யணும், இங்கே என்ன நடக்குதுன்னு எல்லாருக்கும் தெரியணும்னுதானே நீங்க இவ்வளவு தொலைவு வந்திருக்கீக. உங்களுக்கு எல்லா விசயமும் காட்டிட்டே போறேன். நாளைக்குப் போனா ஒண்ணும் குடி முழுகிப் போயிறாது" என்ற தலையாரி, அவனைக் கூட்டிக் கொண்டு ஊருக்குள் சென்றார்.

தலையாரி வீட்டிலேயே அன்று மதிய உணவு சாப்பிட்டான் வினீத். அதன்பின் தலையாரி அவனை ஒரு ஓட்டுவீட்டுக்கு அழைத்துச் சென்றார்.

"ஆத்தா, ஆரும் இருக்கீயளா?" என்று கூப்பிட்டார்.

வெளியே வந்த அம்மாளுக்கு வயது எப்படியும் ஐம்பதைத் தாண்டியிருக்கும்.

"இவங்க காளீஸ்வரி. இவங்க கணவர் நீலியால கொல்லப்பட்டவருதான்" என்று அறிமுகம் செய்தார் தலையாரி. மேலும் பேசுவதற்குள் "ஹாய் வினீத்! நீ எங்க இங்க?" என்ற சப்தம் கேட்டுத் திரும்பினான் வினீத்.

"மீனா, உனக்கு இந்தத் தம்பியைத் தெரியுமா?" ஆச்சரியத்துடன் கேட்டார் தலையாரி.

"ஓ! நல்லா தெரியுமே! நாங்க ஒரே காலேஜிலதான் படிச்சோம்" என்றாள் மீனா.

"ரொம்ப நல்லதா போச்சு. காளீஸ்வரி ஆத்தா, இந்தத் தம்பிக்கு உங்க வீட்ல நீலி ஆடின ஆட்டத்தையெல்லாம் சொல்லுங்க. அவுக பேப்பரில் எழுதறவுக" என்றார் தலையாரி.

காளீஸ்வரி சிறிதுநேரம் மௌனமாக இருந்தாள். பிறகு "மீனா! பெரியவுகளுக்கும் இந்தத் தம்பிக்கும் காப்பித் தண்ணி கொண்டுவா ஆத்தா"

என்றாள். மீனா வீட்டுக்குள் மறைந்ததும் "வெளயாட்டுப் போலப் பத்து வருசம் ஓடிப் போச்சு, எங்க வீட்டுக்காரர் இறந்து" என்றாள். "பண்ணையில அவர் மேல எவ்வளவு மதிப்பு! தேவர் வாராருன்னா தெருவே நடுங்கும்! அருவாள வீசினா ஆறு தலை விளும். அவுகளைத்தான் இந்த நீலி..." தொண்டை அடைத்தது காளீஸ்வரிக்கு. சுதாரித்துக் கொண்டு தொடர்ந்தாள் – "மலையடிவாரத்தில ஒரு வயசான அம்மா மாதிரி நின்னிட்டிருந்தா. குழந்தைக்கு உடம்பு சரியில்லைன்னும் வந்து உதவி செய்யணும்னும் கேட்டிருக்கா. சந்தேகப்படாம உடனே ஓடியிருக்கார் தேவர். மலைக்கு மேலே போனதும்..." காளீஸ்வரி நிறுத்தினாள்.

"இந்த விஷயம் உங்களுக்கு எப்படித் தெரிஞ்சதும்மா?" பரிதாபம் நிரம்பிய குரலில் கேட்டான் வினீத்.

"அவுக ஒரு பொண்ணோட மலை மேல ஏறிப் போறதை அங்கிருந்த ஆடு மேய்க்கிறவுங்க பார்த்துட்டுத் தலையாரி ஐயாகிட்டச் சொல்லியிருக்காங்க. ஐயா ஊர் மக்களைக் கூட்டிக்கிட்டு ஓடினாக. தேவரோட உடம்புகூட ரொம்ப நாளைக்குக் கிடைக்கலை..." காளீஸ்வரியின் குரலில் சோகம்.

"அப்பால இவ மனசைத் தேத்திக்கிட்டுத் தன் புள்ளைங்களை நல்லா வளர்த்தா. ரெண்டையும் காலேசில் படிக்க வெச்சா. மூத்தது பையன். குமரேசுன்னு பேரு..." மாணிக்கத்திற்கே குரல் லேசாக நடுங்குவது போலிருந்தது. "அவன்... அவன் ஒரு நாள்..."

“... லீவுக்கு ஊருக்கு வந்தான். அப்போ அவன் கூடவே ஒரு அழகான பொண்ணு..." என்று தொடர்ந்தாள் மீனா. கையில் காப்பி டம்ளர்கள் கொண்ட தட்டு.

"நீலிதான் அது. அவனை எப்படியோ கவர்ந்திருக்கா. அவங்க ரெண்டு பேரும் மலையை நோக்கிப் போறதைப் பொன்னுச்சாமி பார்த்திருக்கான். அன்னிக்குச் சாயந்திரம் அவன் ஊருக்குள்ள வந்து விசாரிச்சா, குமரேசு இன்னும் வரவேயில்லைன்னு தெரிஞ்சது" என்றார் மாணிக்கம்.

ஏதோ கூற வந்த மீனா மௌனமானாள். வினீத் அவளைச் சற்று வியப்புடன் பார்த்தான்.

"அப்புறம் என்ன ஆச்சு?"

"இன்னும் என்ன ஆகணும்? குமரேசனுடைய உடல் மலையடிவாரத்தில் கிடைச்சது."

"அந்த... பொண்ணு?"

"என்ன தம்பி இப்படிக் கேட்கிற? அவதான் நீலியாச்சே, மறைஞ்சுட்டா!"

"அந்த மலையுச்சியை, அந்தப் பக்கம் அடிவாரத்தை, இந்த மாதிரி நீலியோட சம்பந்தப்பட்ட இடங்களையெல்லாம் போட்டோ எடுக்கணும் சார்..."

"தம்பி, நான் சொல்றதைக் கேளு, அது மட்டும் வேண்டாம்" என்றாள் காளீஸ்வரி. "ஏதோ நீலி இதுவரை உன் பக்கத்தில் வரலை. உன் மாதிரி வாலிபப் பசங்களைக் கண்டுட்டா அது விடவே விடாது. பொழுது சாயறதுக்குள்ள ஊருக்குப் போயிடு. அதுதான் நல்லது" என்றாள்.

வினீத் எதுவும் பேசாமல் எழுந்துகொண்டான். மீனா யாருக்கும் தெரியாமல் அவனைப் பார்த்துக் கண்சிமிட்டினாள்.

***

இன்னும் பல வீடுகள். வேறு வேறு மனிதர்கள். அதே கதை.

வினீத் ஆடிப் போயிருந்தான். பலமுறை கண்ணீர் கண்களில் எட்டிப் பார்த்தது.

தலையாரியோடு அவன் பஸ்-ஸ்டாண்டிற்கு வந்தபோது மாலையாகிவிட்டிருந்தது. பொன்னுச்சாமி கடையை மூடிவிட்டுப் போய்விட்டிருந்தான்.

"நான் வரேன் சார். அடுத்த வாரமே உங்க ஊரைப் பற்றிப் பத்திரிகையில் செய்தி வந்துரும்" என்று தலையாரியிடம் கூறினான்.

"நல்லது தம்பி. நல்லபடியா ஊர் போய்ச் சேருங்க. எங்களுக்காக வேண்டிக்கிங்க" என்றார் மாணிக்கம்.

"என்ன சார், உங்க ஊரில் கொரோனாவைவிடப் பெரிய ஆபத்து ஒண்ணு பரவிக்கிட்டிருக்கு. பல உயிரிழப்புகள் நடந்திருக்கு. ஊர்ப்பெரியவங்க இப்படி ஆக்ஷன் எடுக்காம வெறுமே வேண்டிக்கச் சொல்றீங்களே" என்று வருத்தத்துடன் கூறினான் வினீத்.

"என்ன ஆக்ஷன் எடுக்கச் சொல்றீங்க தம்பி? நீலி மேல போலீஸ்ல புகார் கொடுக்கறதா? சரி, போலீஸ்லயும் சொன்னோம். குமரேசனுடைய மரணத்திற்குப் பிறகு, மீனாவும் குமருவோட நண்பர்கள்னு ஒரு எளவட்டப் பசங்க கூட்டமும் சேர்ந்து மதுரையிலிருந்து யாரோ ஆபீஸரைக் கூட்டி வந்தாங்க. அவர் ரெண்டு நாள் இந்த

ஊரிலேயே தங்கி வெசாரிச்சாரு. மூணாவது நாள் 'நீலியெல்லாம் ஒண்ணும் இல்லே. யாரும் பயப்பட வேணாம்'னு சொல்லிட்டு ஊருக்குப் புறப்பட்டுட்டாரு" என்றார் மாணிக்கம்.

"அப்புறம் என்னாச்சு? அவர் வரவேயில்லையா?" என்று கேட்டான் வினீத் கோபத்துடன்.

"போனாதானே வரதுக்கு?" என்றார் மாணிக்கம் மர்மமாக.

"என்ன சொல்றீங்க?"

"மறுநாளு ஆபீஸரோட உடம்ப ஆடுமேய்க்கிறவங்க மலையடிவாரத்தில கண்டாங்கன்னு சொல்றேன்..."

வினீத்துக்குத் தூக்கிவாரிப் போட்டது.

"அப்புறம் போலீசு இந்த ஊர்ப்பக்கமே வரலை. இருந்தாலும் நான் இந்த விசயத்தை அப்படியே விடப் போறதில்லை, தம்பி! மந்திரவாதியை அளைச்சுக்கிட்டு வந்து நீலியை எப்படியாவது அடக்கியே தீருவேன். நீங்க சாக்கிரதையா ஊர் போய்ச் சேருங்க. நான் வரட்டுமா? பஸ் இப்போ வந்திரும்" என்று விடைபெற்றுக் கொண்டார் தலையாரி மாணிக்கம்.

அவர் கண்ணிலிருந்து மறையும்வரை அவரையே பார்த்துக் கொண்டிருந்தான் வினீத்.

***

"அப்பா...டி! எப்போடா போகப் போறார்னு ஆகிடுச்சு" என்றவாறே மறைவிடத்திலிருந்து வெளிவந்தாள் மீனா.

"மீனா! உன்னை இங்கே பார்த்தது எனக்கு ரொம்ப சந்தோஷம். இங்கே தெரிஞ்சுக்க வேண்டிய எல்லாம் தெரிஞ்சுக்கிட்டேன். ஆனா ஃபோட்டோ எடுக்க முடியல. நீ கொஞ்சம் சிரமத்தைப் பார்க்காம என்னை எல்லா இடத்துக்கும் கூட்டிட்டுப் போக முடியுமா?" என்றான் வினீத் வேகமாக.

“கூட்டிட்டுப் போறேன் வினீத். குறிப்பா மலையுச்சிக்கு. உனக்குத் தெரியவேண்டிய உண்மைகள் சிலது இருக்கு" என்று புன்னகைத்தாள் மீனா.

"உண்மைகளா? என்ன உண்மைகள்?" என்று கேட்டான் வினீத்.

"நீலியைப் பற்றின உண்மைகள்! அது எப்படி வருது, எந்த இடத்துக்கு வருது இதெல்லாம் நீ பார்த்துத் தெரிஞ்சுக்க வேணாமா? நீ அனுபவ

எழுத்தாளனாச்சே! எதையும் பார்த்து அனுபவிச்சு எழுதறவனாச்சே" என்றாள் மீனா, மர்மமாகச் சிரித்தபடி.

ஏனென்று தெரியாமல் வினீத்துக்குள் ஒரு குளிர் பாய்ந்தது. ஆனால் வாய் என்னவோ "ஆமாம், தெரிஞ்சுக்கணும் மீனா" என்றது.

"அப்போ என்னோடு வா. எல்லா உண்மைகளும் சொல்றேன். முக்கியமா குமரேசு செத்துப்போன அன்னிக்கு அவனோடு போன பெண் யாருன்னு சொல்றேன்" என்றாள் மீனா.

"அவ யாருன்னு உனக்கு..." என்று ஆரம்பித்த வினீத், பேச்சை நிறுத்திக் கொண்டு வேகமாக நடக்க ஆரம்பித்திருந்த மீனாவோடு ஓடினான்.

***

மலையடிவாரத்தைச் சுற்றி வினீத் புகைப்படங்கள் எடுத்துக் கொண்டதும் "வா, மலையுச்சிக்குப் போகலாம்" என்றாள் மீனா. அவள் நடையில் அசாத்திய வேகம். ஏதோ சோகத்தால் அடிபட்டவள்போல், ஏதோ வெறியால் ஆட்கொள்ளப்பட்டவள்போல் வினீத்தை இழுத்துக் கொண்டு மலைமேல் ஏறினாள்.

வினீத் "மீனா, என்னை விடு. நான் உன்கூட நிச்சயம் வரேன், கையை விட்டுடு" என்று எவ்வளவோ கெஞ்சிப் பார்த்தான். மீனா விடவில்லை.

மலையுச்சி.

"வினீத்! இப்போ சொல்றேன். நீலி யாருன்னு சொல்றேன். அவ ஏன் பழிவாங்கற வெறியோட அலையறான்னு சொல்றேன்" என்று அலறினாள் மீனா. வினீத்தின் முதுகின்மீது கையை வைத்தாள்.

"ஏ குட்டி! என்ன பண்ணறே இங்கே?" என்ற சப்தம் கேட்டுச் சடாரென்று விளிம்பிலிருந்து நகர்ந்தான் வினீத்.

தலையாரி மாணிக்கம்.

"மீனா! என்ன இதெல்லாம்? வயசுப் பிள்ளை நீ, வாலிபப் பையனோட இப்படித் தனியான இடத்துக்கு வரலாமா? போ இங்கிருந்து" என்றார் மாணிக்கம். மீனா அவரை முறைத்துப் பார்த்துக் கொண்டே அங்கிருந்து சென்றாள். அவள் மலையிலிருந்து இறங்கிப் போகும்வரை அவளையே பார்த்துக் கொண்டிருந்தனர் தலையாரியும் வினீத்தும்.

"மீனா ஏன் இப்படி நடந்துக்கிட்டான்னே தெரியல. ஏதோ வெறிவந்த மாதிரி..." படபடப்பு அடங்காமல் பேசினான் வினீத்.

"அது மீனா இல்லை தம்பி, நீலி" என்றார் மாணிக்கம்.

"என்ன சொல்றீங்க?" வியப்புடன் கேட்டான் வினீத்.

"தம்பி! நல்லவேளையா எனக்கு ஏதோ தோன்றி நான் திரும்பி பஸ்-ஸ்டாண்டுக்கு வந்தேன். நீங்களும் மீனாவும் மலையேறறதைப் பார்த்தேன். இல்லைன்னா என்ன ஆகியிருக்கும்?" என்றார் மாணிக்கம் பயத்துடன்.

"என்ன ஆகியிருக்கும்?"

"என்னப்பா இப்படிக் கேட்கற? உன்னிடம் நான் படிச்சுப் படிச்சுச் சொன்னேன்... நீலிகிட்ட ஏமாறாதே, அது நீ நம்புகிற வடிவத்தில்தான் வரும், எப்படியாவது உன்னை மலை உச்சிக்கு இழுத்துடும்னு சொல்லலியா?" மாணிக்கம் கோபத்துடன் கீச்சுக்குரலில் கத்தினார்.

வினீத் புன்னகைத்தான் "நான் ஏமாற மாட்டேன் தலையாரிய்யா. அதான் நீங்க நீலியோட கதையை விளக்கமா சொன்னீங்களே. அதிலிருந்து எனக்கு

நீலி பற்றி எல்லாமே புரிஞ்சுடுச்சு. ஃபோட்டோ எடுக்கறதுக்காக இங்கே வந்தேன், அவ்வளவுதான்" என்றவன் "வாங்க, கீழே போகலாம். பஸ் இப்போ வந்துடும்" என்றான்.

"சரி வா, உனக்குச் சீக்கிரம் கீழே போக ஒரு பாதை காட்டறேன்" என்றார் மாணிக்கம்.

***

மறுநாள்.

"என்ன மீனா? வெள்ளென பஸ்-ஸ்டாண்டுக்கு வந்திருக்க?" என்று கேட்டான் பொன்னுச்சாமி.

"நேத்து வந்தாரே வினீத், அவர் என் ஃப்ரெண்ட். அவர் இன்னும் ஊருக்குப் போகலை. ஊருக்குள்ள எங்கியோ தங்கியிருக்கார் போல. அதான் இங்கே ஒருவேளை கல்லுப்பட்டி போக பஸ் பிடிக்க வருவாரோன்னு பார்க்க வந்தேன்" என்றாள் மீனா.

"அந்தத் தம்பியா? பஸ் பிடிக்கச் சாயந்திரமே இங்க வருவாங்கன்னு தலையாரிய்யா சொன்னாரே, அவர் போகலையா?" என்று கேட்டான் பொன்னுச்சாமி.

"இல்லேண்ணே, நானும் அவரோடதான் இங்கே சாயந்திரம் இருந்தேன். நான் ஊருக்குத் திரும்பும்போதே பஸ் வந்து போயிடுச்சு. அவர்

தலையாரிய்யாவோடப் பேசிட்டு இருந்தாரு" என்றாள் மீனா.

"என்ன பொண்ணும்மா நீ? பொளுது சாய்ஞ்சப்புறம் கன்னிப் பொண்ணு இந்தப் பக்கம் வரலாமா? நாங்க ஆம்பிளைங்களே வரதில்லே" என்றான் பொன்னுச்சாமி.

அவர்கள் பேசிக் கொண்டிருக்கையிலேயே ஊர்ப் பெரியவர்கள் சிலர் அங்கே வந்தார்கள்.

"என்னங்கையா, எல்லாரும் கூடி வந்திருக்கீங்க?" என்றான் பொன்னுச்சாமி பயந்து.

அவர்களில் சற்றுப் படித்தவராகப் பள்ளி ஆசிரியர்போல் காணப்பட்டவர் "ஒண்ணுமில்ல பொன்னு, தலையாரிய்யா கிட்டருந்து போன் செய்தி ஒண்ணு வந்தது, காலையில இங்க வந்து காத்திருக்க சொல்லி" என்றார், மீனாவை ஓரக்கண்ணால் பார்த்தவாறு.

பொன்னுச்சாமி "ஐயோ அப்படிங்களா? அந்த டவுன் தம்பிக்கு நீலியால ஏதேனும் ஆபத்து நேர்ந்திருக்குமோ? அதான் ஐயா உங்களையெல்லாம் வரச் சொல்லியிருப்பாங்களோ" என்றான் பீதியுடன்.

மீனா நடுங்கினாள். "இல்லை, வினீத்துக்கு ஒன்றும் ஆகியிருக்காது. ஊருக்குள்தான் தங்கியிருக்கிறான், வந்துவிடுவான்" என்று எவ்வளவோ மனதைத் தைரியம் செய்துகொண்டு காத்திருந்து காத்திருந்து பார்த்தாள், வினீத் வரவில்லை. மீனாவுக்குப் பயமாக இருந்தது.

சிறிது நேரத்திலெல்லாம் மதுரையிலிருந்து வரும் பஸ் வந்து சேர்ந்தது.

"பஸ்ஸே வந்திருச்சே, இனிமேலா வினீத் வரப் போகிறான்? ஊருக்குள்ளே போய் அவன் எங்கே தங்கியிருக்கான்னு விசாரிச்சுப் பார்க்கலாம்" என்று திரும்பியவளை "மீனா!" என்ற அழைப்புத் தடுத்து நிறுத்தியது.

பஸ்ஸிலிருந்து இறங்கி வந்துகொண்டிருந்தான் வினீத்.

***

"டவுன் தம்பி, நீங்களா?" என்றான் பொன்னுச்சாமி மகிழ்வுடன். "உங்களுக்கு ஆபத்தோன்னு நாங்க பயந்து போயிட்டோம். ஆமா, எப்போ ஊருக்குப் போனீங்க, எப்படி இப்போ வந்தீங்க?" என்றவன் "தலையாரிய்யாவைக் கேட்டா எல்லா விசயமும் புரியும். எப்போ வாராக அவுக?" என்றான் ஊர்ப் பெரியவர்களை நோக்கி.

"தலையாரிய்யா இப்போதைக்கு வர மாட்டார் பொன்னுச்சாமிண்ணே" என்றான் வினீத்.

"தம்பி என்ன சொல்லுதீங்க?" என்று கேட்டார் ஒரு பெரியவர் சந்தேகத்தோடு.

"தலையாரிய்யாவை மதுரையில் ஒரு ஹாஸ்பிடலில் சேர்த்துட்டுத்தான் நான் வரேன்."

"ஆஸ்பத்திரியா? ஏன் அவுகளுக்கு என்ன உடம்பு? நீலியால் அவருக்கு ஏதாவது..."

"ஆமாம், நீலியால்தான் எல்லா ஆபத்தும்" என்ற வினீத் தொடர்ந்தான் – "இன்னுமா உங்களுக்கெல்லாம் புரியல? தலையாரிதான் நீலி!"

***

அதிர்ச்சி அலையலையாய்த் தாக்க, அங்கே ஒரு அசந்தர்ப்ப மௌனம்.

"த... தம்பி... நீ... நீங்க..." என்று குழறினான் பொன்னுச்சாமி.

"நீலியாக மாறியதாகச் சொல்லப்பட்ட நீலவேணியின் கதை உங்க எல்லோருக்கும் தெரிஞ்சிருக்கும். அதை எனக்குத் தலையாரி சொன்னபோதே ஒரு விஷயத்தை நான்

கவனிச்சேன். நடந்த சம்பவங்களை அவர் நேரில் பார்த்தவர். தன்னுடைய அப்பா மலை மேலேர்ந்து உருட்டி விடப்பட்டதைத் தன் கண்ணால் கண்டவர். அப்போது அவருக்குச் சின்ன வயசு வேற. அவருக்கு மனச்சிதைவு ஏற்பட்டிருக்க அதிக வாய்ப்பு இருக்கு. அவரை வெகு சுலபமா நீலி பிடிச்சுக்கிட்டா.

"நேற்று மலை மேலே அவர் என்னிடம் பேசியபோது, நீலியா மாறி அவர் முதலில் பண்ணை வீட்டின் மூத்த மருமகளைப் பலிவாங்கியிருக்கார்னு ஒத்துக்கிட்டார். தன் கையால் ஒரு கொலை செய்துட்ட அதிர்ச்சியாலோ என்னவோ, அப்புறம் சில காலத்திற்கு நீலி அவரிடம் வரவேயில்லை.

"பிறகு கொஞ்சம் கொஞ்சமா மறுபடி நீலி தன் வேலையைக் காட்ட ஆரம்பிச்சா. பழிவாங்கற வெறி... மலைக்கு அருகில் தனியாக வருகிற பயணிகளையும் ஊர்க்காரங்களையும் இவர் ரூபமா பலிவாங்க ஆரம்பிச்சா. அப்புறம் மலைப்பக்கம் நடமாட்டமே நின்று போனது. இவரும் நார்மலா வாழ ஒரு வாய்ப்புக் கிடைச்சிருக்கு. அதற்கப்புறம் இவர் கல்யாணம் பண்ணிக்கிட்டார். இரண்டு பெண்கள் பிறந்தார்கள். ஊர்த் தலையாரியாகவும்

ஆனார். இத்தனை வருஷ காலம் நீலி அவருக்குள் மறைந்திருந்தாளே தவிர, மரணமடையல.

"பத்து வருஷங்களுக்கு முன்னால்... ஒரு கொடுமையான அதிர்ச்சி இவரைத் தாக்கியிருக்கு. அதாவது, நீலவேணியைக் காதலிச்ச சின்னப் பண்ணையாருக்கு அவளைக் கல்யாணம் பண்ணிக்க விருப்பமேயில்லை. அவளை ஏமாத்திடத்தான் நினைச்சிருக்கார். நீலவேணி மற்றும் அவ அப்பாவோட மிரட்டலுக்குப் பயந்துதான் அவளைக் கல்யாணம் பண்ணியிருக்கார். மூத்த மருமகளோட அடியாட்கள் அவங்களைத் தாக்கினபோது, நீலவேணியை மேலேர்ந்து உருட்டிவிட்டது சின்னப் பண்ணையோட ஆட்கள்தான். சின்னப் பண்ணையைக் காப்பாற்றிக் கூட்டிப் போனதும் அவங்கதான். இந்தத் திட்டத்தைப் போட்டுக் கொடுத்தவர் தேவர் – மீனாவோட அப்பா.

"இந்த விஷயம் தலையாரிக்குத் தெரிஞ்சதும், நீலி அவருக்குள்ள விஸ்வரூபம் எடுத்துட்டா. சின்னப் பண்ணையும் தேவரும் நீலியால் மரணமடைஞ்சாங்க. சின்னப் பண்ணை செய்த துரோகம் ஊரில் யாருக்கும் தெரியாததால, சின்னப் பண்ணை செத்தது நீலியாலதான், அதாவது,

தலையாரி கையாலதான் என்பது யாருக்குமே தெரியல.

"இந்தச் சமூகத்தின்மீது நீலியுடைய கோபம் மறுபடி கொழுந்து விட்டெறிஞ்சது. தலையாரி முழுவதுமா மாறிப் போனார். பகலில் தலையாரிங்கற ஜன்மமாகவும் பொழுது சாய்ந்ததும் நீலி என்ற ஜென்மமாகவும் அவர் மாறினார்.

"இறந்தவங்களைப் பல வடிவமா நீலி மலையுச்சிக்கு இழுத்ததா ஊரில் பேசிக்கிட்டாங்க. ஆனா இழுத்தது ஒரே வடிவம்தான் – தலையாரியின் வடிவம்! கன்னிப் பொண்ணு கவர்ந்ததா, கர்ப்பிணிப் பொண்ணு கூப்பிட்டதா சொல்லப்பட்ட கதைகளெல்லாமே தலையாரியால் ஊருக்குள் பரப்பப்பட்டவைதான்னு எனக்குப் புரிஞ்சுது.

"இதில் மாறுபட்டது ஒரே ஒரு கதைதான் – மீனாவோட அண்ணா குமரேஷின் கதை! அவன் மதிய வேளையில் நான் வந்த அதே பஸ்ஸில் வந்து இறங்கியிருக்கான். அப்போ மலையடிவாரத்தில் அவனோடு ஒரு பெண்ணைப் பொன்னுச்சாமி அண்ணன் பார்த்திருக்காரு. அந்தப் பெண்தான் நீலின்னும் குமரேஷை ஏமாற்றிக் கூட்டிட்டுப் போயிட்டான்னும் பொளுது சாய்ஞ்சதும்

மலையுச்சிலேர்ந்து கீழே தள்ளிட்டான்னும் தலையாரி சொன்னதை எல்லோரும் நம்பிட்டீங்க.

"ஆனா அந்தப் பெண் குமரேஷ் வந்த அதே பஸ்லதான் வந்தா! அவ இறங்கினதை பொன்னுச்சாமி கவனிக்கல. அவ யாருன்னு ஊரில் யாருக்கும் தெரியாதது தலையாரிக்கு வசதியா போச்சு.

"ஆனா அது ஒருத்தருக்கு மட்டும் தெரிஞ்சிருந்தது. அது மீனா! அந்தப் பொண்ணு வேற யாருமில்லை, குமரேஷ் லவ் பண்ணின பொண்ணு! அவளை அன்று அழைத்து வரப் போறேன்னு அவன் அவளுக்கு மட்டும் சொல்லியிருந்தான். அம்மாகிட்ட அவளை அறிமுகம் செய்ய பயந்துக்கிட்டுக் கொஞ்ச நேரம் மலையடிவாரத்தில் திரிஞ்சுக்கிட்டிருந்திருக்கான். அப்போ தலையாரி கண்ணில் பட்டுட்டான். ஏற்கெனவே பயந்திருந்த அவனையும் அந்தப் பெண்ணையும் ஏதோ காரணம் சொல்லி மலையுச்சிக்கு அழைத்துப் போகிறது அவருக்குக் கஷ்டமாயிருக்கலை. அவனைக் கொன்னு மலையுச்சியிலிருந்து தள்ளினார். அந்தப் பெண்ணைப் புதைகுழியில் அமுக்கிக் கொன்னுட்டார்.

"குமரேஷைக் கொன்னது யாரா இருந்தாலும், அவனைக் கூட்டிப் போனது நிச்சயமா நீலி இல்லைங்கறது மீனாவுக்குத் தெரிஞ்சது. அது நீலின்னு அடிச்சுச் சொன்ன தலையாரி மீது அவளுக்குச் சந்தேகம் வந்தது. எதிர்பாராம வந்த என்னிடம் இதை எப்படியாவது சொல்லிடணும்னுதான் மீனா என்னை வந்து சந்திச்சா. அங்கேயே சுற்றிக் கொண்டிருந்த தலையாரி, அதாவது நீலி, அவளைத் துரத்திட்டு என்னைக் கொல்லப் பார்த்தா. நான் இதை எதிர்பார்த்திருந்ததால், கவனமா இருந்து தப்பிச்சுட்டேன். அவரை அடக்கி இழுத்துட்டு நடந்தே கல்லுப்பட்டிக்குப் போய், அங்கிருந்து டாக்ஸி வெச்சு மதுரைக்குப் போய் அவரை ஆஸ்பத்திரியில் அட்மிட் பண்ணிட்டு இங்கே வரேன்."

வினீத் நீளமாகப் பேசி முடித்தான்.

"தம்பி! தலையாரியா இதுக்கெல்லாம் காரணம்? இதெல்லாம் உண்மையா? இருக்கட்டும், உங்களுக்கு எப்படி எங்க ஊரு விசயம் எல்லாம் தெரிஞ்சது தம்பி? எப்படி இங்கே வந்தீங்க? மீனா சொன்னாளா தம்பி?" என்றார் கேள்வி கேட்ட பெரியவர்.

"இல்லைங்க, மீனா இந்த ஊர்க்காரிங்கறதே இங்க வந்ததுக்கப்புறந்தான் எனக்குத் தெரியும். அதை விடுங்க, இப்போ தலையாரியை டாக்டருங்க பார்த்துப்பாங்க. அவரைக் குணப்படுத்திடுவாங்க. ஆனா நீலிங்கற துஷ்ட சக்தி அவரையோ வேறு யாரையுமோ இனி பீடிக்க முடியாதபடி நாம செய்யணும். அதுக்கான வேலைகளை உடனே ஆரம்பிக்கணும்" என்றான் வினீத்.

"தம்பி... நீங்க..." என்று இழுத்தார் பெரியவர்.

வினீத் மெலிதாகச் சிரித்தான். "உங்க ஊர்ல உண்மையிலேயே தீய சக்தி இருக்கான்னு தெரிஞ்சுக்கறதுக்காக இப்படி வந்தேன். நாந்தான் உங்க ஊர்க்காரங்க லெட்டர் எழுதிக் கூப்பிட்ட மந்திரவாதி" என்றான்.

தவறிப்போய் ஒரு கொலை

1

பாலம்.

கீழே காட்டாறு பொங்கிப் பெருகிக் கொண்டு ஓடிக் கொண்டிருந்தது. சமீபத்தில் பெய்த மழையில் அது இருமடங்கு பெருத்திருந்தது.

பாலத்தின்மீது நின்றுகொண்டிருந்தான் ஷ்யாம் பிரசாத். கண்கள் எதையும் பார்க்காமல் எங்கோ நிலைகுத்திட்டு நின்றன. "என்ன பூனம்? உன்னோட வரச் சொல்றியா? இதோ வந்துட்டேன்!" என்று மென்மையாகச் சொல்லியவாறே வெட்டவெளியில் நடக்கப் போனவனை "ஷ்யாம்! என்ன பண்ற நீ?" என்று சொல்லி இழுத்துக் கீழே இறக்கினான் பவர்லால்.

"பவர்! என் பூனம் என்னைக் கூப்பிடறா! ஏன் என்னைத் தடுக்கற நீ?" என்று ஏதேதோ உளறிய ஷ்யாம் பிரசாத் சில நிமிடங்களில் மௌனமானான்.

ஒருமுறை தன்னை உதறிக் கொண்டான். "பவர்! எப்படி இங்கே வந்தேன்?" என்றான்.

"ஆமா! என்னைக் கேளு! நட்டநடு ராத்திரியில் எழுந்து காடுமேடெல்லாம் நடந்து இங்கே பாலத்தின் மேலிருந்து குதிக்கப் போற! அறிவிருக்கா உனக்கு?" கடிந்துகொண்டான் பவர்லால்.

"அப்படியா?" ஆச்சரியமாகக் கேட்டான் ஷ்யாம் பிரசாத். பிறகு "அவ வந்துட்டாடா பவர். என்னைக் கூப்பிட்டா. நான் அவ பின்னாடியே போனேன்" என்றான் ஆர்வமும் பயமும் இணைந்த குரலில்.

"உளறாத ஷ்யாம். பூனம் செத்துப் போய் ஆறு மாசமாச்சு! அவ வந்தாளாம், கூப்பிட்டாளாம்!"

"வந்தாடா! ஆவியா வந்தா! பல்லு கூட நீட்டிக்கிட்டிருந்தது தெரியுமா? முதலில் சிமெட்ரிக்குக் கூட்டிப் போனா. அங்கே இருந்தவன் என்னப் பார்த்து அசந்துட்டான் தெரியுமா? ஏன் சார் இங்க வந்திங்கன்னு கேட்டான். எப்படியும் இங்க தானேப்பா வரணும்னேன். என்னைப் பைத்தியம்னு நினைச்சுப் போயிட்டான். வருங்காலத்தில் தங்க வேண்டிய இடம் எப்படி இருக்குன்னு பார்த்துட்டு அப்புறம் அவ கூட்டிவர இங்கே வந்தேன். நீ இப்போ

வந்திருக்கலைன்னா ரைட்ராயலா மறுபடி சிமெட்ரிக்குப் போயிருப்பேன். நிம்மதியா போயிருக்கும்" படபடவென்று ஷ்யாம் பிரசாத் சொல்லச் சொல்ல உடல் நடுங்கியது பவர்லாலுக்கு.

2

"வாங்க பவர்லால். பிஸினஸெல்லாம் எப்படிப் போயிட்டிருக்கு? கொரோனாவால அதிகப் பாதிப்பு இல்லையே?" என்று குசலம் விசாரித்தவாறே வரவேற்றான் தர்மா.

(தர்மா? சதுரா துப்பறியும் நிறுவனத்தின் தலைவன். பாரத புத்ரா என்ற பத்திரிகையின் நிறுவனன். தன்யா, தர்ஷினி என்ற இரு துப்பறியும் தேவதைகளின் அண்ணன்.)

"இப்போதான் பிக்கப் ஆகிட்டிருக்கு" என்றவாறே தர்மாவின் ஆஃபீஸுக்குள் நுழைந்தான் பவர்லால். ஒரு நமஸ்தே போட்டான்.

"சொல்லுங்க, நான் என்ன ஹெல்ப் பண்ணணும்?" என்றான் தர்மா.

"தர்மா, பத்திரிகை விளம்பரம் விஷயமால்லாம் இப்போ வரல. தனிப்பட்ட முறையில் வந்திருக்கேன்" என்றான் பவர்லால்.

தர்மாவின் புருவங்கள் சுருங்கின. "விளக்கமா சொல்லுங்க" என்றான்.

"என் பார்ட்னர் ஷ்யாம் பிரசாத்தை உனக்குத் தெரியுமா?"

"பார்த்திருக்கிறேன்."

"அவங்க குடும்பமும் எங்களை மாதிரிதான். வெகுகாலத்திற்கு முன்னாடியே ராஜஸ்தானிலிருந்து இங்கே வந்து வியாபாரம் ஆரம்பிச்சு இங்கேயே செட்டில் ஆனவங்க. ராஜஸ்தானி தெரியும்னாலும், வீட்டில் பேசுவதுகூடத் தமிழ்தான். நல்ல பையன். ஜாலியானவன். அவனுக்கு இருக்கும் ஒரே குறை, அவன் தங்கைக்குப் பேச்சு வராதுங்கறது தான். ஆனா அவளும் லிப் ரீடிங் கத்துக்கிட்டு ஸைன் லாங்குவேஜ்ல வேகமா பேசுவா. ஷ்யாமுக்கு என்னோட தூரத்துச் சொந்தக்காரப் பொண்ணோடதான் கல்யாணம் ஆச்சு.

"பூனம் கம்ப்யூட்டர் எஞ்சினீயரிங் படிச்ச கெட்டிக்காரப் பொண்ணு. வேலை பார்த்துக்கிட்டிருந்தா. தேவதையாட்டம் பெண் குழந்தை பிறந்தது. அழகான, சந்தோஷமான குடும்பம்.

"ஒரு வருஷத்திற்கு முன்னாடி, ஷ்யாம் பிரசாத்தோட அம்மாவுக்குப் பக்கவாதம் வந்துவிட்டது முதல் இந்தக் குடும்பத்திற்குப்

பிரச்சனை ஆரம்பித்தது. வேலைக்குப் போய்க்கிட்டிருந்த பூனம்மால அம்மாவை அட்டெண்ட் பண்ண முடியல. ஷ்யாம் பிரசாத் தங்கை ராக்கியும் காலேஜ் போய்க்கிட்டிருந்தா. அதனால் ஷ்யாம் பூனம் வேலையை விட்டுட்டா என்னன்னு முதல்முறையா கேட்க ஆரம்பிச்சான். பூனம் அதற்குத் தயாரா இல்ல. இதனால வீட்டில் ஒரே சண்டை, சச்சரவு. கடைசியில் அம்மாவைப் பார்த்துக்க அட்டெண்டர் போட்டுட்டாங்க.

"திடீர்னு ஆறு மாதத்திற்கு முன்னால் ஒரு நாளிரவு மூன்று மணிக்குக் கிளம்பி பூனம் தன் குழந்தையையும் கூட்டிக்கிட்டுக் காரைத் தானே ஓட்டிக்கிட்டுத் தன் அம்மா வீட்டுக்கு வந்துட்டா. அன்னிக்கு ராத்திரியே பூனம் தற்கொலை பண்ணிக்கிட்டு இறந்து போயிட்டா. இத்தனை சண்டை அவங்களுக்குள்ள இருந்தும் பரஸ்பரம் காதல் போகலை தர்மா! ஷ்யாம் அப்படியே நொறுங்கிப் போயிட்டான். சரியா சாப்பாடு கிடையாது, தூக்கம் கிடையாது, அவன் நிலையிலேயே இல்லை. அதனால குழந்தை மாயா தாத்தா-பாட்டி வீட்டிலேயே இப்போதைக்கு இருக்கட்டும்னு முடிவாச்சு."

இந்த நீண்ட கதையை மௌனமாகக் கேட்டுவந்த தர்மா இப்போது இடைமறித்தான். "சே, ரொம்பப் பாவம். இதில் நான் என்ன ஹெல்ப் பண்ணணும்?"

"சொல்றேன்..." என்று சொன்னானே தவிர, பவர்லால் உடனே பேச்சை ஆரம்பித்துவிடவில்லை. பித்துப் பிடித்தவன் போல் விழித்துக் கொண்டு அமர்ந்திருந்தான். "பவர்லால்! மேலே சொல்லுங்க" என்று தர்மா உலுக்கியதும்தான் தன்னிலைக்கு வந்தான்.

"சே! இந்த விவகாரம் முடியறதுக்குள்ள எங்க எல்லோருக்குமே பைத்தியம் பிடிச்சுடும் போலிருக்கு" என்று சொல்லிக் கொண்டான். ஒரு பெருமூச்சு விட்டுவிட்டு மீண்டும் ஆரம்பித்தான்.

"தர்மா! ஒரு வாரத்துக்கு முன்னாடி, எனக்கு ஒரு மெசேஜ் வந்தது. ஷ்யாம் பிரசாத்தோட தங்கை ராக்கி அனுப்பியிருந்தா. ஷ்யாம் என்னவோ மாதிரி நடந்துக்கறதாகவும் அவளுக்குப் பயமாக இருப்பதாகவும் சொல்லி என்னை உடனே வரச் சொல்லிக் கேட்டுக்கிட்டா. நான் உடனே ஓடினேன். அவன் தற்கொலை பண்ணிக்கப் போறேன்னு சொல்லிக்கிட்டு இருந்தான். அதோட இன்னொரு முக்கியமான விஷயம் அவன் சொன்னது..." பேச்சை நிறுத்திக் கண்ணை மூடிக் கொண்டான் பவர்லால்.

தர்மா கவனமாகக் கேட்டுக் கொண்டிருந்தான்.

"'பூனம்மைக் கொன்னது நான்தான், பவர்!'ன்னு அவன் சொன்னதைக் கேட்டுப் பிரமிச்சுட்டேன், தர்மா!" என்று பவர்லால் சொல்லவும், தர்மா அதிர்ந்தான். "இது உண்மைதானா?" என்று கேட்டான்.

"சான்ஸ் அதிகமில்லைங்கற அளவுதான் சொல்லமுடியும், தர்மா! அவள் மரணம் விஷம் சாப்பிட்டதால. அதை இன்னொருவர் கொடுத்திருக்கவும் வாய்ப்பிருக்கு..."

"போலீஸ் என்ன சொல்றாங்க?"

"போலீஸ் இது தற்கொலைதான்னு உறுதிப்படுத்தறாங்க. ஏன்னா அவங்க அம்மாகிட்ட 'எனக்கு ஏதாவது ஆகிடுச்சுன்னா குழந்தையை நீங்கதான் கவனமா பார்த்துக்கணும்'னு சொல்லியிருக்கா.

"எங்களுக்கும் எந்தச் சந்தேகமும் வரலை, இவனா அப்படிச் சொல்கிறவரை. அதோடு, இதை அவன் நல்ல மனநிலையில்தான் சொல்றானான்னே சந்தேகமா இருக்கு. திடீர்னு ஏதேதோ பேசறான். அவன் தெய்வமா மதிக்கற அவன் அம்மாவையே சிலநேரங்களில் எரிஞ்சு எரிஞ்சு விழறான்.

ஒருசமயம் அவங்க கழுத்தை நெரிக்கப் போயிட்டான்..."

"என்ன சொல்ற? பக்கவாதம் வந்தவங்களையா?" அதிர்ச்சியுடன் கேட்டான் தர்மா.

"ஆமாம் தர்மா. தங்கச்சி ராக்கி மேல உயிரா இருப்பான். இப்போ அவளைப் பார்க்கறதைக் கூடத் தவிர்க்கறான். என்னுடைய உயிர் நண்பன். எங்கிட்ட முகங்கொடுத்துப் பேசறதுகூட இல்லை. ஆனா அன்னைக்கு ராத்திரி ஒரு சம்பவம் நடந்தது..." என்று ஆரம்பித்த பவர்லால் ஷ்யாம் பிரசாத் பாலத்திலிருந்து கீழே விழப் பார்த்ததை விளக்கிச் சொன்னான்.

"சரி, பிரச்சனை புரியறது. ஆனா இந்த விஷயத்தில் நான் என்ன ஹெல்ப் பண்ண முடியும்னு தெரியலையே? பூனம் தற்கொலை பண்ணிக்கிட்டாளா இல்லை அவளுடைய மரணம் கொலையான்னு துப்பறிஞ்சு கண்டுபிடிக்கணுமா? சாரி, டிடக்டிவ் வேலையெல்லாம் என் ஸிஸ்டர்ஸ்தான் செய்யறது. அவங்க எங்க சொந்த ஊருக்குப் போயிருக்காங்க, தனியா காரை ஓட்டிக்கிட்டு. அவங்க கிட்டேர்ந்துதான் காலை எதிர்பார்த்துக்கிட்டிருக்கேன்" என்றான் தர்மா.

"உன்னைத் துப்பறியச் சொல்லலை. ஷ்யாம் பிரசாத்துக்கு என்ன ப்ராப்ளம்னு கண்டுபிடிக்கலாமே!"

"அதுக்கு நீ ஒரு சைக்கியாட்ரிஸ்டைப் பார்க்கணும்."

"அவன் வர மாட்டேங்கறான், தர்மா. 'எனக்கு என்ன கேடு'ன்னு எரிஞ்சு விழறான். பூனம்மோட மரணத்திலிருந்து நீ வெளியே வர முடியாம தவிக்கற, இல்லையா, அதான் டாக்டர்ட்ட கூட்டிப் போறோம்னு சொல்லிப் பார்த்தேன். இதை டாக்டரால குணப்படுத்த முடியாது, காலத்தாலையும் சரி பண்ண முடியாதுன்னு சொல்லி முடிச்சுட்டான்."

"அப்போ நான் மட்டும்..."

"...என்ன பண்ண முடியும்னு எனக்கும் தெரியல. ஆனா நீ பலவிதமான கேரக்டர்களைப் பார்த்தவன். உன்னால அவன் மனோநிலையைப் புரிஞ்சுக்க முடியும், அவனா தன்னைச் சுற்றிப் போட்டுக்கிட்ட வேலியிலிருந்து அவனை வெளியே வர வைக்கலாம் என்று ஒரு நம்பிக்கை, அதான் உன்னைக் கூட்டிப் போகலாம்னு... நாங்க திக்குதிசை தெரியாம தவிக்கிறோம், தர்மா!" அந்த நண்பனின் கண்ணில் நீர் துளிர்த்துவிட்டது.

தர்மா மௌனமாக எழுந்தான். மேஜை மீதிருந்த மாஸ்கை எடுத்து அணிந்து கொண்டான்.

"போகலாம்" என்றான் சுருக்கமாக.

3

“ஷ்யாம்! இது தர்மா" நினைவுக்கு வராமல் பார்த்தவனிடம் “பாரத புத்ரா மாகஸீன்" என்று விளக்கினான் பவர்லால்.

“ஹாங், ஹாங், ரைட். இப்போ நினைவுக்கு வருது" என்று சோகையாகச் சிரித்தான் ஷ்யாம் பிரசாத்.

"மிஸ்டர் ஷ்யாம் பிரசாத், உங்க மனைவியுடைய அகால மரணம் பற்றிக் கேள்விப்பட்டேன். என் ஆழ்ந்த இரங்கல்கள்" என்றான் தர்மா ஆங்கிலத்தில்.

ஷ்யாமின் கண்களில் கண்ணீர் கோத்துக் கொண்டது. வேறுபுறம் திரும்பிக் கொண்டு "தாங்க்ஸ்" என்றான்.

"இவன் வீட்டில் இப்போ யாரும் இல்ல, ஸோ எங்க வீட்லதான் தங்கியிருக்கான். நான் கொஞ்சம் நம்ப ரீசண்ட் பர்சேஸ் விஷயமா பேசணும்னு கிளம்பினேன். நானும் வரேனேன்னான், கூட்டிக்கிட்டு வந்தேன். இந்தக் கோவிட் நேரத்தில் வேலையில்லாம எல்லாரும் தவிக்கிறோம்" என்றான் பவர்லால்.

ஷ்யாம் மௌனமாகத் தலையாட்டினான்.

பவர்லால் ராக்கியைக் கூப்பிட உள்ளே சென்றான். ஷ்யாம் அமர்ந்து எங்கோ வெறித்துப் பார்த்துக் கொண்டிருந்தான். தர்மாவுக்கு என்ன பேசுவது, எப்படி ஆரம்பிப்பது என்று தெரியவில்லை. ஒரு அசந்தர்ப்ப மௌனம் நிலவியது.

ராக்கியும் பவர்லாலும் சில விநாடிகளில் வெளியே வந்தார்கள். ராக்கியின் முகத்தைப் பார்த்த தர்மா அதிர்ந்தான்.

களங்கமில்லாத குழந்தை முகம். ஆனால் அதில் தெரிந்த சோகமும், அதிர்ச்சியும்... இன்னும் ஏதோ ஒன்று... என்ன அது? பயம்... பயமேதான்!

பவர்லால் தர்மாவை ராக்கிக்கு அறிமுகப்படுத்தினான். "சாய் கொண்டுவா ராக்கி" என்றான் ஷ்யாம். பார்வை மட்டும் இன்னும் வெறித்தவாறே.

ராக்கி உள்ளே போனாள். திரும்பிவரும்போது ஆவிபறக்கும் சுவையான 'சாய்' மூன்று ஒரு ட்ரேயில் அவளோடு கூடவே வந்தது.

பவர்லால் பொதுவாக அரசியல், கோவிட் நிலை, சினிமா என்று பேச ஆரம்பித்தான். தர்மா உற்சாகமாகக் கலந்துகொண்டு ஷ்யாமைப்

பேச்சுக்கு இழுத்தான். ஷ்யாம் அக்கறையே இல்லாதவனாக, கனவுலோகத்தில் இருப்பவனைப் போல ஏதோ பதில் சொன்னான். தர்மா நடுநடுவே ராக்கியையும் ஏதேதோ கேட்டான். ராக்கி விழித்தாளேயன்றி எதுவும் சொல்லவில்லை.

சிறிதுநேரத்தில் "ராக்கி, அவனுக்கு வீட்டைச் சுற்றிக் காமி. நாங்க பிஸினஸ் விஷயமா கொஞ்சம் பேச வேண்டியதிருக்கு" என்றான் பவர்லால், தர்மாவின் கண்ஜாடையைப் புரிந்துகொண்டு.

ராக்கி நகர்ந்து அறைக் கதவை அடைந்தாள். தர்மாவுக்காகக் காத்திருந்தாள். தர்மா அவளோடு சேர்ந்துகொண்டான்.

4

ஷ்யாமின் வீடு பெரிது, வசதியானது, கலைநயத்தோடு கட்டப்பட்டிருந்தது. இப்போது தர்மா ராக்கியுடன் எதுவும் பேசவில்லை. மௌனமாகவே சுற்றிப் பார்த்துக் கொண்டு வந்தான். எப்போதாவது "ஃபாபுலஸ்", "பியூட்டிஃபுல்" போன்ற வார்த்தைகள் அவன் வாயிலிருந்து உதிர்ந்தாலும் அவை அவளைப் பார்த்துச் சொல்லப்படவில்லை.

மாடியைப் பார்த்துக் கொண்டு கீழே வந்தார்கள். அங்கே பின்கட்டில் சற்றுத் தனியாக இருந்த ஒரு அறையை அடைந்தார்கள். ராக்கி உள்ளே போக விரும்பாததுபோல் தோன்றியது. அதை உணர்ந்த தர்மா அவளை முந்திக்கொண்டு நடந்து உள்ளே சென்றான்.

அங்கே ஒரு கட்டில். ஒரு மேஜை மீது மருந்துகள், சில மருத்துவ உபகரணங்கள். தனியாக ஜன்னலருகே ஒரு பிரம்பு நாற்காலி. கட்டிலில் ஒரு வயதான பெண்மணி. ஷ்யாமின் தாயார் என்று புரிந்தது. உடல் சுருங்கிப் போயிருந்தது. ஆனால் பளபளக்கும் கண்கள். நாற்காலியில்

சாய்ந்துகொண்டு ஒரு சூரிதார்ப் பெண். அவள்தான் அட்டெண்டராயிருக்க வேண்டும்.

"வணக்கம்மா. நான் ஷ்யாமோட ஃப்ரெண்ட்" என்றான் தர்மா கைகூப்பி.

சூரிதார் படாரென்று எழுந்தது. அம்மாவின் அருகில் சென்று காதில் ஓதியது. அவர்கள் முகத்தில் புரிந்துகொண்ட பளபளப்புத் தெரிந்து ஒரு மெல்லிய புன்னகை மலர்ந்தது.

அவர்கள் தலைமாட்டிலிருந்த சிறிய ஸ்டூலில் ஸ்வாதீனமாக அமர்ந்தான் தர்மா. சாந்தமாக, மெதுவாகப் பேசவாரம்பித்தான். அம்மாவுக்கு அவனைப் பிடித்துவிட்டது. அவ்வப்போது தலையசைத்துக் கேட்டுக் கொண்டார்கள். எப்போதாவது ஜாடை காண்பித்ததைச் சூரிதார் மொழிபெயர்த்தாள். சிறிது நேரங்கழித்து மெதுவாகக் கண் மூடியது.

சூரிதார் மெதுவாக "சார், அவங்க தூங்கற நேரம் வந்துட்டது" என்றாள்.

"ஓ! அப்ப நான் கிளம்பறேன்" என்றவாறே எழுந்தான் தர்மா. சூரிதாரிடம் அம்மாவின் உடல்நிலை குறித்து விசாரித்தான். பிறகு "இங்கே எவ்வளவு நாளா இருக்கீங்க?" என்று கேட்டான். "பத்து மாசமா" என்று பதில் வந்தது.

"இங்கே எல்லாம் சவுகரியமா இருக்கா?"

"ஓ, நல்லா இருக்கு. வேலையும் கம்மிதான். ஆனா எங்க அம்மாதான் தற்கொலை நடந்த வீட்டுக்கு வேலைக்குப் போக வேணாம்னு படுத்தறாங்க சார்" என்றது சூரிதார்.

"தற்கொலை இங்கே நடக்கலியேம்மா" என்று சிரித்தான் தர்மா.

"அதைத்தான் நானும் எவ்வளவோ எடுத்துச் சொன்னேன். என் அம்மாவுக்குப் புரியல சார். மேடம் அன்னிக்கு இங்கதான் இருந்தாங்க. இங்க அம்மாவைப் பார்க்கக்கூட வந்தாங்க. ஆனா ராத்திரி அவங்க கிளம்பிப் போயிட்டாங்க, அவங்க அம்மா வீட்லதான் மரிச்சு போனாங்க" என்றாள் சூரிதார். (மலையாளம்?)

"அம்மாவைப் பார்க்க எப்போ வந்தாங்க?" என்றான் தர்மா.

"சாயங்காலம் இருக்கும். முதலில் சார் வந்தாங்க- அம்மாவுக்குக் கொடுக்கச் சொல்லி போர்ன்விடா கரைச்சு எடுத்துக்கிட்டு. அதை நான் பிளாஸ்கில் விட்டு வெச்சிருந்தேன். ஆனா அம்மா ராத்திரி எதுவும் வேணான்னு சொல்லித் தூங்கிட்டாங்க. அப்புறம் ஒரு பத்து மணி காணும், மேடம் ஆஃபீஸ்லருந்து வந்தாங்க. அம்மாவைப்

பார்த்துட்டு, என் கிட்டப் பேசிக்கிட்டிருந்தாங்க. நான் பாத்திரமெல்லாம் வாஷ் பண்ணணும்னு சொன்னேன். காலையில் வாஷ் பண்ணிக்கலாம்னு சொல்லி பாத்திரங்களையும் ஃப்ளாஸ்கையும் எடுத்துக்கிட்டுப் போயிட்டாங்க" என்றாள் அந்தப் பெண். பாவம், தனியாக ஒரு நோயாளியோடு 24 மணிநேரமும் இருக்கிறாள் அல்லவா. யாராவது பேசக் கிடைக்க மாட்டார்களா என்று ஏங்கிப் போய் இருந்தாள் போலும்!

தர்மா மேலும் சில நிமிடங்கள் அவளோடு பேசிக் கொண்டிருந்துவிட்டு வெளியே வந்தான். அதுவரை ராக்கி அறைக்குள் வரவில்லை. வெளியேதான் நின்றுகொண்டிருந்தாள். இவன் வெளியே வந்ததும் அவள் உள்ளே சென்று ஒருவிநாடி அம்மாவைப் பார்த்துவிட்டு, வந்துவிட்டாள்.

"போகலாமா?" என்பதுபோல் கைகாட்டினாள்.

முன்னறைக்குத் திரும்பியபோது பேசி முடித்திருந்தார்கள் ஷ்யாமும் பவர்லாலும். இவர்கள் வந்தவுடனேயே விடைபெற்றுக் கிளம்பத் தயாராக இருந்தான் பவர்லால். ஷ்யாம் அமர்ந்தவண்ணமே விடைகொடுத்துவிட்டான். தர்மாவைப் பற்றி அவன் எதுவும் கேட்டுக் கொள்ளக்கூட இல்லை.

வராந்தாவுக்கு வந்த ராக்கியை நோக்கி "வரேன் ராக்கி" என்றான் பவர்லால். தர்மா ஏதோ கைகளை அசைத்துச் சைகை காட்டினான். ராக்கி வியந்தும் கொஞ்சம் பயந்தும் அவனைப் பார்த்துத் தலையாட்டினாள்.

"என்ன பண்ணின?" என்று கேட்டான் பவர்லால் ஆச்சரியத்துடன்.

"போயிட்டு வரேன்னேன். ஸைன் லாங்குவேஜ்" என்றான் தர்மா.

"அட, பரவாயில்லையே. இதுகூடத் தெரியுமா?" என்று சிரித்தான் பவர்லால்.

5

மறுநாள் மாலை.

"ஹலோ தர்மா. எதுக்கு வரச்சொன்ன என்னை?" என்றவாறே உள்ளே நுழைந்தான் பவர்லால். அங்கு ஏற்கெனவே ஷ்யாம் உட்கார்ந்திருப்பதைப் பார்த்து மலைத்தான்.

"வாங்க, பவர்லால்! உங்களை வெச்சுக்கிட்டே பேசலாம்னு ஷ்யாம் சொன்னதால உங்களை வரவழைச்சேன்" என்றான் தர்மா.

பவர்லால் ஷ்யாமைப் பார்த்தான். ஷ்யாம் எங்கோ பார்த்துக் கொண்டு உட்கார்ந்திருந்தான்.

"ஷ்யாமை என்ன மனக்கஷ்டம் படுத்தறதுன்னு தெரிஞ்சுக்க விரும்பினீங்க. முதலில் அன்று, பூனம் இறந்த அன்று, என்ன நடந்ததுன்னு சொல்லிடறேன். ஷ்யாம், ஏதாவது தவறா சொன்னா கரெக்ட் பண்ணுங்க" என்றான் தர்மா. ஷ்யாம் இந்த உலகிலேயே இல்லாதவன் போல விழித்துவிட்டு மெதுவாக அவனைத் திரும்பிப் பார்த்து லேசாகத் தலையாட்டி வைத்தான்.

"அந்த ஃபேடல் நைட். வழக்கம்போல் இரவு பத்து மணிக்கு வேலை முடிஞ்சு வந்த பூனம் தன் மாமியாரைப் பார்த்துட்டு உள்ளே போயிருக்காங்க. அவங்களுக்குப் பசியில்லை, ஸோ போர்ன்விடா மட்டும் குடிச்சுட்டு அவங்க அறைக்கு வந்திருக்காங்க.

"குழந்தை தூங்கிட்டது. ஷ்யாம் முழிச்சுக்கிட்டுத் தான் இருந்திருக்கார். கணவனும் மனைவியும் பேசிக்கிட்டிருந்திருக்காங்க. அப்போதான் ஷ்யாம் ஒரு அதிர்ச்சிகரமான விஷயத்தைச் சொல்லியிருக்கார்.

"அது என்னன்னு சொல்றதுக்கு முன்னாடி இன்னொரு விஷயம் சொல்லணும். சில நாட்களுக்கு முன்னாடிதான் அவங்க அம்மாவைத் திடீர்னு உடல்நிலை மோசமாகிடுச்சுன்னு ஆம்புலன்ஸில் வெச்சு ஹாஸ்பிடல் கொண்டு போயிருக்காங்க, அங்கே நடந்த டெஸ்ட், மற்ற ப்ரொசீஜர் எல்லாம் பார்த்த பூனம், 'இவங்களை இப்படிக் கொடுமைப்படுத்தறதைவிடப் பேசாம மெர்சி கில்லிங் பண்ணிடலாம்' என்று சொல்லியிருக்கா.

"அன்றிரவு ஷ்யாம் 'பூனம், அம்மா படற கஷ்டம் எனக்கும் சகிக்கல. நீ சொன்னபடியே மெர்சி

கில்லிங்குக்கு ஏற்பாடு பண்ணிட்டேன்' என்று சொல்லியிருக்கார்.

"பூனம் அதிர்ச்சியடைந்தாள். அவள் தன் மாமியார் படற கஷ்டம் தாங்காம ஏதோ சொன்னாளே தவிர அதை சீரியஸா எடுத்துக்கிட்டு உண்மையிலேயே ஷ்யாம் ஏற்பாடு பண்ணுவார்னு அவள் நினைக்கல.

"அவரைக் கொலைகாரன்னு திட்டியிருக்கா. 'நாளைக்கு எனக்கு உடம்புக்கு வந்தா என் கதியும் இதுதானா?'ன்னு கேட்டிருக்கா. அதற்குமேல் அவர் முகத்தைப் பார்க்கவும் விருப்பமில்லாம, குழந்தையை எடுத்துக்கிட்டு அவங்க அம்மா வீட்டுக்குப் போயிட்டா" என்றான் தர்மா.

கண்கள் விரிய இதைக் கேட்டுக் கொண்டிருந்த பவர்லால் "அடிப் பாவி! இந்த விஷயத்துக்காகவா தற்கொலை பண்ணிக்கிட்டா பூனம்? இதை ஈஸியா ஸால்வ் பண்ணியிருக்கலாமே! எங்கிட்ட சொல்லியிருந்தா உடனே வந்து நாலு அறை விட்டிருப்பேனே! அவனுக்கு இந்த மாதிரி ஐடியாஸே வராமப் பண்ணியிருப்பேனே" என்றான் வருத்தத்துடன்.

தர்மா பவர்லாலை உற்றுப் பார்த்தான். "பவர்பாய்! உங்களுக்குப் புரியலையா? பூனம் தற்கொலை பண்ணிக்கவேயில்லை" என்றான்.

"அப்போ அது கொலைதானா?" என்று கேட்டான் பவர்லால் ஆத்திரத்துடன்.

"அப்படின்னும் சொல்ல முடியாது. விபத்துன்னு வெச்சுக்கலாம்" என்றான் தர்மா. பவர்லால் எதுவும் புரியாமல் விழிப்பதைக் கண்டதும் தொடர்ந்தான். "அன்று ஷ்யாம் மெர்சி கில்லிங்குக்காக விஷத்தைப் போர்ன்விடாவில் கலக்கி அம்மாவுக்குக் கொண்டு வந்திருக்கார். அம்மா அதைக் குடிக்காமலே தூங்கிட்டாங்க. அதை எடுத்துவந்த பூனம் பசியில்லாததால் அதை வேஸ்ட் பண்ண வேண்டாம்னு குடிச்சுட்டாங்க. அவங்க அம்மா வீட்டுக்குப் போன பிறகு விஷம் வொர்க் பண்ணியிருக்கு. பரிதாபமா இறந்திருக்காங்க" என்று விளக்கினான். பிறகு "சரிதானே, மிஸ்டர் ஷ்யாம் பிரசாத்?" என்று கேட்டான்.

ஷ்யாம் தலையாட்டினான்.

"தெரிஞ்சோ தெரியாமலோ தன்னுடைய மனைவியோட மரணத்திற்குத் தானே காரணமாகிட்டோமே என்ற குற்ற உணர்வும், அன்றிரவு அவள் திட்டிய வார்த்தைகளும், ஷ்யாமோட மனதைப் பிசைஞ்சிருக்கு. தான் தன் அம்மா விஷயத்தில் கொலைகாரனாக இருந்தோம், தன் காதல் மனைவியைத் தானே கொன்னுட்டோம்ங்கற பயமும், அதீதமான பாசம்

வைத்திருந்த மனைவி திடீர்னு இறந்திட்ட அதிர்ச்சியும் அவரைப் பயங்கரமா தாக்கியிருக்கு. அதுதான் பூனம்மோட ஆவியா அவரைத் துரத்தியிருக்குன்னு நினைக்கறேன். நல்ல சைக்கியாட்ரிஸ்ட் கிட்ட ட்ரீட்மெண்ட் எடுத்துக்கிட்டா சீக்கிரம் சரியாகிடுவார். ப்ளீஸ் ட்ரீட்மெண்ட் எடுத்துக்கோங்க ஷ்யாம், உங்க குழந்தையோட எதிர்காலத்தை நினைச்சுப் பாருங்க" என்று நெகிழ்ச்சியுடன் சொன்னான் தர்மா.

ஷ்யாம் பேச வார்த்தையின்றி தர்மாவின் கைகளைப் பிடித்துக் கொண்டு தலைசைத்தான். பவர்லால் நிம்மதியுடன் அவனைப் பார்த்தான்.

பிறகு "ரொம்ப தாங்க்ஸ், மிஸ்டர் தர்மா. என் மேல இரண்டு கொலைப் பழி விழுந்துடுமோன்னு பயந்து எதுவும் சொல்லாம என் மனதில் புழுங்கிக்கிட்டிருந்த விஷயங்களை வெளியே கொண்டு வந்துட்டிங்க. இப்போ எவ்வளவோ நிம்மதியா இருக்கு. நான் டைரக்டா போலீஸுக்குப் போய் இந்த விஷயம் எல்லாமே ஒப்புக்கப் போறேன். அவங்க என்ன தண்டனை கொடுத்தாலும் கொடுக்கட்டும்" என்றான்.

தர்மா ஒரு சிறிய காகிதத்தில் ஒரு தொலைபேசி எண்ணை எழுதி நீட்டினான். "இன்ஸ்பெக்டர்

போஸோட நம்பர். என் ஃப்ரெண்ட்தான். உங்களுக்கு ஹெல்ப் பண்ணுவார்" என்றான்.

ஷ்யாம் பவர்லாலைப் பார்த்துத் தலையாட்டிவிட்டு, வெளியேறினான்.

6

"எக்ஸலெண்ட் தர்மா. மலைபோல வந்த பிரச்சனையை ஒரேநாளில் ஸால்வ் பண்ணிட்டயே! ஒரே ஒரு சந்தேகம் – ஷ்யாமும் அவனோட மனைவியும் என்ன பேசிக்கிட்டாங்கங்கறது உனக்கு எப்படித் தெரிஞ்சது?" என்று வியப்புடன் கேட்டான் பவர்லால்.

"எனக்கு எப்படித் தெரியும் பவர்பாய்? தெரிஞ்சவங்க சொன்னாங்க. என்ன முழிக்கறீங்க? அன்றிரவு காற்று வராம வெளியே தோட்டத்தில் நடமாடிக்கிட்டிருந்த ராக்கி தற்செயலா ஷ்யாம் அறையில் திறந்திருந்த வெண்டிலேட்டர் வழியா பார்த்தபோது அண்ணனும் அண்ணியும் ஏதோ மெர்சி கில்லிங்க்னு பேசறாங்களேன்னு நின்னிருக்கா. லிப் ரீடிங் மூலமா எல்லா விஷயமும் தெரிஞ்சுக்கிட்டிருக்கா. அவளை இன்னிக்கு மறுபடியும் போய்ப் பார்த்தேன். ஸைன் லாங்குவேஜ் மூலம் அதைத்தான் சொன்னேன் நேத்து. அவ எல்லா விஷயமும் சொல்லிட்டா" என்றான் தர்மா.

"அவளுக்கு இந்த விஷயம் தெரியும்னு மட்டும் உனக்கு எப்படித் தெரியும்?" என்றான் பவர்லால்.

"பவர்லால், எனக்கு என் தங்கைகள் மாதிரித் துப்பறியத் தெரியாது. எந்த சைன்டிஃபிக் நாலட்ஜும் கிடையாது" என்றான் தர்மா. பவர்லால் மறுக்க அதைக் கண்டுகொள்ளாமல் தொடர்ந்தான். "ஆனால் எனக்கு மனித முகங்களைப் படிக்கத் தெரியும். நீங்க என்னை முதலில் பார்த்தபோது, ஷ்யாம் ராக்கியை விட்டு ஒதுங்கறதா சொன்னீங்க. ஆனா அங்கே போய்ப் பார்த்தபோது அவதான் அவரை விட்டு ஒதுங்கறான்னு தெரிஞ்சது. முகத்தில் ஒரு பயமும் தெரிஞ்சது.

"சரி, இவளுக்கு ஏதோ விஷயம் தெரியும்னு அப்பவே கெஸ் பண்ணிட்டேன். இன்று அவளைச் சந்தித்துத் தைரியம் சொல்லி, விஷயத்தைச் சொல்லுமாறு வற்புறுத்தினேன். முதலில் ரொம்பத் தயங்கினா. தனக்கு எதுவுமே தெரியாதுன்னு மறுத்தா. முடிவில் எப்படியோ அவளுக்கு என்மீது நம்பிக்கை வந்தது. அவளுக்குத் தெரிஞ்ச எல்லா விஷயமும் சொல்லிட்டா. அதுக்கு மேல அட்டெண்டர் பொண்ணு சொன்ன சில விஷயங்களை வெச்சு மற்றதைப் புரிஞ்சுக்கிட்டேன்" என்று தெளிவாக விளக்கினான் தர்மா.

"உன் மேல யாருக்குத் தான் நம்பிக்கை வராது? நானே அதனால்தானே உன்னைத் தேடிக்கிட்டு வந்தேன்! நீ மட்டும் ஏமாத்தறவனா இருந்தா இந்த உலகமே உன்கிட்ட ஏமாந்துடும். நல்லவேளை நீ நல்லவனா இருக்க" என்று சிரித்தான் பவர்லால்.

கூடச் சிரித்த தர்மாவுக்குத் தன் தங்கைகள் நினைவு வந்தது. கூடவே தான் துப்பறிந்த விதம் சரியில்லை, இன்னும் எஃபீஷியண்டாகச் செயல்பட்டிருக்கணும் என்று தங்கை தன்யா திட்டுவாளோ என்ற பயமும் வந்தது.

ஆவிவந்த ஃப்ளாட்!

1

"தன்யா, தர்ஷினின்னு..." என்று கேட்டுக் கொண்டு வந்தவரை உற்றுப் பார்த்தான் மந்திரம்.

சென்னைவாசிதான். ஆனால் சற்று நாட்டுப்புறம் போன்ற தோற்றம். வேட்டி, ஜிப்பா. மேலே ஒரு துண்டை வீசியிருந்தார். கழுத்திலும் விரல்களிலும் மின்னியது தவிர, கண்ணாடியிலும் வாட்சிலும்கூடத் தங்கம் இடம்பெற்றிருந்ததோ என்று சந்தேகம் வந்தது. நடுத்தர வயதுடையவர்போல் தெரிந்தார்.

"உட்காருங்க. மேடம்ங்க இப்போ வந்திருவாங்க" என்றான் மந்திரம்.

"நீ இங்கே வேலை பார்க்கிறியா?" என்று தேவையில்லாமல் கேட்டார் அவர்.

"ஆமா. ஆஃபீஸ் பாய்."

"ஏம்ப்பா! இந்தப் பொண்ணுங்க எப்படி, நல்லா துப்பறிவாங்களா?" என்று விசாரித்தார் அவர்.

"அதனாலதானே துப்பறியும் நிறுவனம் வெச்சிருக்காங்க?" என்றான் மந்திரம் ரோஷமாக.

"நிறுவனம் வெச்சிட்டா சரியா போச்சா? வர்ற வழக்கெல்லாம் நல்லா கண்டுபிடிப்பாங்களா? இங்கே வரவங்கள்ளாம் திருப்தியா போறாங்களா?"

"ஏன் போகாம? எத்தனையோ பேர் இவங்க கால்ல விழுந்து நன்றி தெரிவிச்சிருக்காங்க... நானே கண்ணால பார்த்திருக்கேன்."

"அவங்க அண்ணனுக்கு அவ்வளவா துப்பறிய வராதோ?"

"தா பாருங்க, உங்களுக்கு நம்பிக்கை இருந்தா இங்க கேஸ் குடுங்க, இல்ல போய்க்கிட்டே இருங்க. எங்க சாரைப் பற்றித் தப்பா பேசறதெல்லாம் வேணாம். என்ன தெரியும் உங்களுக்கு அவரைப் பத்தி? தங்கம்யா அவரு. பேருக்கேத்த மாதிரித் தருமர்தான் அவரு. அவரைப் பற்றித் தாறுமாறா..."

"அட என்ன தம்பி கோச்சுக்கற? ஏதோ என் கவலை, அதை இவங்க தீர்ப்பாங்களான்னு தெரிஞ்சுக்கத்தானே... இந்தா இதை வெச்சுக்க" என்று ஐம்பது ரூபாய் நோட்டை நீட்டினார்.

"இல்லை, வேணாங்க" என்றான் மந்திரம் விறைப்பாக.

"அட, பிடிப்பா" என்று அவர் நீட்டிக் கொண்டிருக்கையிலேயே வெளியே காலடிச் சத்தம் கேட்டது. அவர் பணத்தை உள்ளே வைத்துவிட்டு எழுந்து நின்றார்.

இரு பெண்கள். பளீரென்று இரட்டை வானவில் தோன்றியது போல் பிரகாசமாகப் பிரசன்னமானார்கள்.

"வணக்கம்மா, நான்..."

"கேஸ் விஷயமா வந்திருக்கீங்களா?" என்று இடைமறித்தாள் அவர்களில் ஒருத்தி.

"ஆமா..."

"அப்போ உள்ளே போய்ப் பேசலாம். மந்திரம், நாங்க பெல்லடிச்சப்புறம் அவங்களை அனுப்புங்க" என்று சொல்லிவிட்டு இருவரும் உள்ளறைக்குப் போனார்கள்.

"என்ன, உள்ள போகப்போறீங்களா எப்படி?" என்று மந்திரம் கேட்க, வந்திருந்தவர் முகத்தில் அசடு வழிந்தது.

2

இனிமையான இசையாக மணி ஒலித்தது.

மந்திரத்தைத் தொடர்ந்து உள்ளே நுழைந்தார் அவர்.

அங்கே நடுநாயகமாக அமைந்திருந்த பெரிய மேஜை. இருபுறமும் சிறு மேஜைகள். சுழல் நாற்காலியில் அமர்ந்தபடி – தர்மா!

விறைப்பாக வந்தவர் "உட்காருங்க" என்ற வெகு இயல்பான குரலில் தளர்ந்தார். அமர்ந்தார். "வணக்கம் தம்பி."

"வணக்கம். முதலில் உங்களைப் பற்றிய விவரங்கள் சொல்லுங்க."

"என் பேரு ராஜேஷ் கண்ணா. மாம்பலத்தில் இருக்கேன்" என்றார்.

"ஓ மாம்பலமா! எனக்கு ரொம்பப் பிடிச்ச ஏரியா. சொல்லுங்க, மாம்பலத்தில் எங்கே இருக்கீங்க?"

அவர் அயோத்யா மண்டபத்திற்கு அருகிலுள்ள தெருக்களில் ஒன்றன் பெயரைச் சொன்னார்.

"ராஜேஷ் கண்ணா சார் இருக்கறது ஃப்ளாட்டா தனி வீடா?" என்ற கேள்வி அருகிலிருந்த சிறு மேஜையிலிருந்து எழுந்தது. அங்கே தர்ஷினி என்று பெயரைத் தாங்கிய பலகை காணப்பட்டது.

"ஃப்ளாட் தான் மேடம். இன் ஃபாக்ட், அதைப் பற்றித்தான் நான் பேச வந்தது" என்றார்.

"புரியலையே. ஏதாவது ரியல் எஸ்டேட் விவகாரமா?"

"இல்லை மேடம். எங்க ஃப்ளாட் கட்டிப் பத்து வருஷமாச்சு. அதோடு அந்தப் பில்டிங்கே எனக்குத்தான் சொந்தம். மற்ற எல்லோருமே வாடகைக்கு இருக்கறவங்கதான்" என்றார் ராஜேஷ் கண்ணா.

"அப்போ நீங்கதான் ரியல் எஸ்டேட்னு சொல்லுங்க" என்றாள் இன்னொரு சிறு மேஜையின்பின் அமர்ந்திருந்த பெண் – தன்யா, அவள் குறும்புக் கண்கள் பளிச்சிட.

"ஐயய்ய, நான் அதெல்லாம் இல்லீங்க" என்றார் ராஜேஷ் சற்று வெட்கி. "நான் விளக்கமாவே சொல்லிடறேனே."

"சொல்லுங்க. முதலில் உங்க ஃப்ளாட் பேரு..."

"ஜெயா அபார்ட்மெண்ட்ஸ். என் பார்யாள் பேரை வெச்சிருக்கேன்." மூவர் முகங்களிலும் மெலிதான சிரிப்பு அரும்புவதைக் கண்டுகொள்ளாதவர்போல் பேச ஆரம்பித்தார். "என் அப்பா என்னைச் சரியா படிக்க வெக்கல, நல்ல வேலையும் தேடித்தரல. ஆனா ரெண்டு விஷயம் அவர் உருப்படியா செஞ்சுட்டார். ஒண்ணு, என் வீட்டுக்காரி ஜெயலட்சுமியை எனக்குக் கல்யாணம் பண்ணி வெச்சது. ரெண்டு, மாம்பலம் ப்ரைம் ஏரியாவில் அந்தக்காலத்திலேயே வீடு வாங்கி, அதை என் பேரில் எந்த வில்லங்கமும் இல்லாம எழுதி வெச்சது.

"கல்யாணம் பண்ணிப் பதினைந்து வருஷம் ரொம்பக் கஷ்ட ஜீவனம்தான். பலர் என்னை வீட்டை வித்துடச் சொன்னாங்க. என் பூர்வீக வீடுன்றதால, மனசு வரல. பில்டர்ட்ட கொடுத்துட்டா, பணமும் ரெண்டு ஃப்ளாட்டும் தருவாங்கன்னாங்க. என்னவோ தயக்கம்... இந்தப் பூமியில் பெரும்பகுதி நம்ம கையை விட்டுப் போயிடுமேன்னு...

"பனிரெண்டு வருஷம் முன்னாடி, என் மாமனார் காலமாகிட்டார். என் மனைவி வகைக்குக் கொஞ்சம் பணம் வந்தது. அதை அவ அப்படியே

என் கையில் கொடுத்து, ஏதாவது வியாபாரம் ஆரம்பிங்கன்னா" சற்று நிறுத்தினார்.

"அவ நினைச்சிருந்தா, அந்தப் பணத்தைத் தனியா பொண்ணுங்க கல்யாணத்திற்கு ஒதுக்கி வெச்சிருக்கலாம். என் மேல நம்பிக்கை வெச்சு அதைக் கொடுத்தா. ஆனா எனக்குத் தெரியும், எனக்கு இந்த வியாபாரத்திற்கெல்லாம் மூளை பத்தாதுன்னு. அவ பணத்தையும் நஷ்டம் பண்ணிடக் கூடாதேன்னு தவிச்சிட்டே இருந்தேன். அப்போதான் என் அத்தை பிள்ளை - அவன் ஒரு பில்டர் – ஒரு ஐடியா கொடுத்தான்.

"வீட்டை விற்க மனம் இல்லாட்டா, அதை இடிச்சு ஃப்ளாட்டுகளா கட்டி வாடகைக்கு விட்டுடலாம்னு சொன்னான். எனக்கு இது ஏனோ நல்ல ஐடியாவா தோணுச்சு. என் மனைவியோட பணத்தை அவனிடமே கொடுத்து, என் வீட்டை அப்பார்ட்மெண்ட்களா மாத்தினேன். எதையும் விலைக்குக் கொடுக்காம, வாடகைக்கு மட்டும் கொடுத்தேன். நல்ல வருமானம் வந்தது. கவனிக்கறதும் சுலபமா இருந்தது. என் மூத்த பெண்ணைப் பெரிய இடத்தில் கட்டிக் கொடுத்துட்டேன். சின்னப் பொண்ணு படிக்கறா..."

கதை நன்றாக இருந்தாலும், இதில் ஒரு டிடக்டிவ்க்கு என்ன வேலை என்று சிந்தித்தார்கள் தர்மா, தன்யா, தர்ஷினி. அவர்கள் மனவோட்டத்தை உணர்ந்தவர்போல அவர் வேகமாகப் பேசலானார்.

"எங்க ஃப்ளாட்களில் நல்ல குடும்பங்களா பார்த்துத்தான் குடி வைக்கிறது. முதல்முறையா பேச்சிலர்களுக்குத் தங்க இடம் கொடுத்தேன், இரண்டு வருஷம் முன்னால. அவங்க எல்லோரும் ஒரே குடும்பத்தைச் சேர்ந்தவங்க. கஸின்ஸ். அதனாலே பரவாயில்லைன்னு கொடுத்தேன்..."

"மொத்தம் எத்தனைபேர் தங்கியிருந்தாங்க?" என்று கேட்டாள் தர்ஷினி.

"ஆறு பேர். சாம்பவி, மாதவி. ராம்குமார், ஸ்ரீகுமார். சங்கர், சித்ரா."

அவர் இரண்டிரண்டு பெயர்களாக நிறுத்தி நிறுத்திச் சொன்னதிலிருந்து அந்தந்த நபர்கள் உடன்பிறந்தவர்கள் என்று புரிந்தது.

"நல்ல பசங்க. சிலர் வேலை பார்க்கறாங்க. சிலர் படிக்கறாங்க. கும்பகோணம் பக்கம் ஏதோ கிராமம் சொந்த ஊரு. பெரிய பண்ணை. கூட ஒரு சமையற்காரப் பாட்டியும் தங்கியிருந்தாங்க. ஒரு பிக்கல் பிடுங்கல், கெட்ட பழக்கம், ராத்திரியில்

வெகுநேரம் லைட் போடறது, பெரிசா டிவியை வைக்கறது, எதுவுமே கிடையாது."

"ஐடியல் டெனண்ட்ஸ்" என்றாள் தன்யா.

"ஆமாங்க. தங்கமான பிள்ளைங்க. என்னவோ தெரியல, எனக்கு அவங்க எல்லார் மேலும் ஒரு பாசம்... அதுவும் மூத்தது சாம்பவி இருக்குதுங்களே, அப்படி ஒரு அடக்கமான, அமைதியான பெண்ணை நான் பார்த்ததில்லீங்க. அது நம்ம பொண்ணா இருக்கக் கூடாதான்னே நான் ஏங்கியிருக்கேன்.

"திடீர்னு ஒருநாள், சாம்பவி தற்கொலை பண்ணிக்கிட்டுச் செத்துப் போயிட்டா!" என்றார் தேங்காய் உடைத்தாற்போல்.

இதனைச் சற்றும் எதிர்பார்த்திராத தர்மா, தன்யா, தர்ஷினிக்குத் தூக்கிவாரிப் போட்டது.

"என்ன சொல்றீங்க?" என்றாள் தன்யா.

"ஆமாம்மா. என் வீட்டில் வெச்சா இது நடக்கணும்? இது நல்லாருக்கா?" என்று பொருமினார் ராஜேஷ். "அப்புறம் அந்த வீட்டுக்கு ஒரு ஆள் குடிவரலை. மத்த வீட்டில் இருக்கறவங்களும் காலி பண்ண நினைக்கறாங்க."

"என்ன சார், மாம்பலத்திலா இப்படி இருக்குன்னு சொல்றீங்க? இருக்கற வீட்டுப் பஞ்சத்தில் இதையெல்லாம் யாரு பெரிசா நினைப்பாங்க?" என்றான் தர்மா ஆச்சரியமாக.

"அடப் போய்யா! இது வெறும் தற்கொலைக் கேஸா இருந்தா நீ சொல்றது சரி. அவ, அந்த சாம்பவி, இன்னும் என் வீட்டில் நடமாடறான்னா..."

நிமிர்ந்து உட்கார்ந்தாள் தன்யா. "ஓ! ஆவி கேஸா?" என்றாள் மெள்ளச் சிரித்து.

"ஆமா. ராத்திரியில் தானா லைட் எரியுது. பால்கனியில் ஆள் நிற்கறாப்பில் நிழல் விழுது, அப்பப்போ தடாபுடான்னு சப்தம்... குடிவந்த ஒரு குடும்பமும் பயந்து ரெண்டே நாள்ள காலிபண்ணிட்டாங்க. ஒரு ஐயரைக் கூப்பிட்டு அவர் சொன்ன சாந்தி ஹோமமெல்லாம் பண்ணினேன். என் மனைவி மேல வந்து சொல்றாப்பா சாம்பவி – 'என் மரணத்திற்குக் காரணமானவங்களைத் தண்டிக்காம இங்கேர்ந்து போகமாட்டேன்!' தண்டிக்கணும்னா அவங்க வீட்டுக்குப் போ! என் வீட்டில் வந்து, என் பொழப்பைக் கெடுத்து..." கோபத்தில் கொந்தளித்தார் ராஜேஷ் கண்ணா.

"விஷயம் புரியுது. ஆனா நீங்க யாராவது கேரள நம்பூதிரிகளைப் பாருங்க..."

"இப்போ என்னைக் கேரளாக்குப் போகச் சொல்றீங்களா? அதுவும் கொரோனா காலத்துல! நீங்கதான் அங்கே போய் ஏதோ *பேயெல்லாம் அடக்கிருக்கீங்களாமே. சென்னங்கோட்டுப் பங்களான்னு..."

*பார்க்க – நாக மேகலை

தர்மா ஏதோ சொல்ல முயன்றான். அவனைக் கையசைவால் அடக்கிவிட்டு ராஜேஷே தொடர்ந்தார். "இந்தாங்க, உங்களை ஒண்ணும் பேயோட்டக் கூப்பிடலை நான்! அந்தப் பெண்ணோட மரணத்திற்கு யார் காரணம்னு கண்டுபிடிச்சுக் கொடுங்க! அப்படிச் செஞ்சாலே அதோட ஆத்மா சாந்தியடைஞ்சிடும், என் வீட்டை விட்டும் போயிடும். கண்டுபிடிச்சுத் தரீங்களா?"

உடனே "ஓகே" என்றாள் தன்யா, முகத்திலிருந்த புன்னகை மாறாமல்.

"அட்ரஸ் கொடுங்க. நாங்க அந்த வீட்டில்தான் தங்க வேண்டியிருக்கும். அது உங்களுக்கு ஓகேதானே?" என்று கேட்டாள் தர்ஷினி.

"உங்களுக்குப் பயமில்லைன்னா, எனக்கு என்ன பிரச்சனை? பேய் இருக்கற வீடு அது..."

"அது பாட்டுக்கு அது, நாங்க பாட்டுக்கு நாங்க" என்று முடித்தான் தர்மா.

3

ஜெயா அபார்ட்மெண்ட்ஸில் குடியிருக்கும் எல்லோருக்கும் ஒரே ஆச்சரியம்!

"என்ன, ரெண்டாம் மாடி ஃப்ளாட்க்கு யாரோ குடிவந்திருக்காங்களாமே!"

"மறுபடி பேச்சிலர்ஸா பார்த்துக் குடிவெச்சிருக்கார் ராஜேஷ்!"

"அவர்தான் வீட்டுக்காரர், குடி வரவனுக்கு எங்கே போச்சு புத்தி? ரெண்டு பெண்குழந்தைகளைக் கூட்டிட்டு வந்திருக்கான்!"

"என்னவோ, இவங்க வந்து நாலு நாளாச்சு! எந்தப் பேயும் இவங்களை ஒண்ணும் பண்ணல. இப்படின்னு தெரிஞ்சிருந்தா நான் இந்த வீட்டை என் ஷட்டகனுக்குப் பார்த்திருப்பேன். பாவம், நல்ல வீடு கிடைக்காம கஷ்டப்படறான்!"

அன்று ஞாயிற்றுக்கிழமை. ஃப்ளாட்டின் காமன் ஹாலில் மாமிகள் கூடிப் பேசிக் கொண்டிருக்கையில், அவர்களை நெருங்கினாள் தன்யா.

"இந்தாங்கோ மாமி, பிரசாதம் எடுத்துக்கோங்கோ" என்றாள்.

"உனக்கு எந்த ஊருடீ குழந்தை?" என்று விசாரித்தாள் ஒரு மாமி.

"கோயமுத்தூர், மாமி! இங்கே அண்ணா ப்ரஸ் வெச்சிருக்கான்" என்றாள் தன்யா.

"உன் அக்காவோ தங்கையோ, அவள் எங்கே?"

"சமையலைப் பார்த்துக்கறா, மாமி. அண்ணா இன்னிக்கும் வேலை இருக்குன்னு ஆஃபீஸ் கிளம்பிண்டிருக்கான். நான் நல்ல வீடா கிடைக்கட்டும்னு இங்கே சத்யநாராயணருக்கு வேண்டிண்டிருந்தேன். அதான் போயிட்டு வந்துட்டேன்."

"அடடா! அவளும் கோயிலுக்கு வந்திருக்கலாமே. இங்க நம்ம காம்பவுண்ட்லயே ஜெயா டிஃபன் செண்டர்னு இருக்கு. ஓனராத்து மாமியே வெச்சிருக்கா. அங்கே டிஃபன் வாங்கிண்டு, மத்தியானத்துக்கு சமையல் பண்ணிக்கலாமே. முன்னாடி நீங்க இருந்த ஆத்தில் குடியிருந்தவா தினமுமே அப்படித்தான் பண்ணுவா!"

"அவாதான்... வந்து... தற்கொலை..." என்று இழுத்தாள் தன்யா.

"ஆமாண்டி. தங்கமான பொண்ணு. சாம்பவின்னு பேரு. உன்னாட்டம்தான் உயரமா, கலரா இருப்பள். பாவம்டி, அப்பாவிப் பொண்ணு. அவளை அந்த வினோத் ஏமாத்திருக்காட்டா, இன்னிக்கெல்லாம்..."

"யார் மாமி வினோத்?"

"வினோத்தைத் தெரியாதா? வினோத் கண்ணா. ராஜேஷ் கண்ணா சாரோட மகன்!"

படபடவென்று காலடிச் சத்தம் கேட்டது.

"யாரு அங்கே? மானம் இருட்டிண்டு வரது. ஹாலில் எல்லா லைட்டையும் போடுங்கோ" என்று உத்தரவிட்டாள் ஒரு மாமி.

விளக்குகள் போடப்பட்டன. காலடிச் சத்தம் கேட்ட ஓரத்தில் காலடிச் சுவடுகள்... ரத்தத்தில்!

***

"என்னது!" என்று வியந்தாள் தர்ஷினி. "தனக்கு ஒரு மகன் இருக்கறதா ராஜேஷ் சார் சொல்லவே இல்லையே! தன்னோட ரெண்டு மகள்களைப் பற்றித்தானே சொன்னார்!"

"அவனால்தான் சாம்பவி தற்கொலை பண்ணிக்கிட்டதா மாமிகள் சொல்றாங்க!"

"அப்படி இருந்தா, ராஜேஷ் சார் இதைக் கண்டுபிடிக்கச் சொல்லி நம்மகிட்ட வருவாரா?" என்று கேட்டாள் தன்யா.

"பாயிண்ட். இருந்தாலும் இதைப் பற்றி ராஜேஷ் சார்கிட்ட விசாரிச்சுடணும்" என்று தர்ஷினி கூறிக் கொண்டிருக்கையிலேயே அலுவலகம் செல்லத் தயாராக ஹாலுக்கு வந்தான் தர்மா. "என்ன டிஃபன்?" என்றான்.

"இட்லி, ரவா தோசை, கச்சோரி, சனா க்ரேவி, பருப்பு வடை" என்றாள் தர்ஷினி.

"வாவ்!" என்றார்கள் தன்யாவும் தர்மாவும். "இத்தனை ஐடம் ரெடி பண்ணிட்டயா?"

"ஓ யெஸ். ஆனா நான் சமைச்சது இட்லி மட்டும்தான்!'

"அப்போ... மத்ததெல்லாம்?"

"ஜெயா டிஃபன் செண்டர்!" என்று சிரித்தாள் தர்ஷினி.

எல்லோரும் சாப்பிட அமர்ந்தபோது தர்ஷினி "எல்லாம் இருக்கு, பருப்பு வடையைக் காணோமே! இருங்க எடுத்துட்டு வரேன்" என்று உள்ளே போனவள் பெரிதாகக் கத்திவிட்டாள்.

சமையலறைக்குள் விரைந்தார்கள் தர்மாவும் தன்யாவும்.

அங்கே, யாரோ பிய்த்துப் போட்டதுபோல் வடைகள் சிதறிக் கிடக்க, சுற்றிலும் ஒரே ரத்தத் துளிகள்.

4

"உட்காருங்க. என்ன மேடம், டிஃபன் வாங்கிட்டுப் போனீங்களே?" என்றான் அவன்.

அவன்: சர்வர். இடம்: ஜெயா டிஃபன் செண்டர்.

"ஆமா, கொட்டிப் போச்சு" என்றாள் தர்ஷினி சுருக்கமாக.

அவன் மேலும் கேட்பதற்குள் தர்மா "ராஜேஷ் சார் இல்லையா?" என்றான்.

"அவரு இங்க வரமாட்டாருங்க. இது முழுக்க அம்மாதான் பார்த்துக்கறது. பொண்ணுங்க சிலசமயம் கேஷ்ல உட்காருவாங்க. சாரைப் பார்க்கணும்னா, அவர் சாயந்திரத்துக்கு மேலதான் டீ சாப்பிட..."

"வினோத் இங்க இருக்கானா? என் ஃப்ரெண்ட்தான் அவன்" என்று இடைமறித்தான் தர்மா.

"அவுரு எங்க இங்க இருக்காரு? அவரைத்தான் ஹைதராபாத்துக்கு அனுப்பியாச்சே!"

"என்ன திடீர்னு? வேலை ஏதேனும்..."

"ஆமா, அப்படித்தான் சொன்னாங்க" என்று சற்று ஒதுங்கிக் கொண்டான், இன்னொரு சர்வர் ரவா தோசைகளைப் பரிமாறுவதற்காக.

சிறிது மௌனம்.

"சாம்பார் விடுங்க" என்றான் தர்மா. பேசிய சர்வரே சாம்பார் ஊற்றினான்.

"அவன் நம்பர் இருக்கா? நான் பண்ணிப் பண்ணிப் பார்த்தேன், எடுக்கல. நம்பர் ஏதாவது மாறியிருக்கா?" என்று பேச்சைத் தொடர்ந்தான் தர்மா.

"மாத்திட்டாரோ என்னவோ. இந்தாங்க, வினோத்தைப் பற்றி ரொம்பக் கிளறாதீங்க. அவன் தலைமறைவா போயிட்டான்னு நினைக்கறேன். சாம்..." என்று ஆரம்பித்தவன் யாரோ உள்ளே வருவதைக் கண்டதும் "சாம்பார் ஊத்தவா சார்?" என்றான்.

5

கார் நங்கநல்லூரை நெருங்கியிருந்தது. ஒரு பைக்காரன் குறுக்கே வந்து கையை ஆட்டிக் காரை நிறுத்த வற்புறுத்தினான்.

சைகையால் அவனை அமைதிப்படுத்திவிட்டுக் காரை ஓரமாக நிறுத்தினான் தர்மா.

"வினோத் எங்கே?" என்றான் பைக், எந்த முன்னுரையும் இல்லாமல்.

"அதை ரோட்டில்தான் பேசப்போறீங்களா ஸ்ரீகுமார்?" என்றாள் தன்யா அமைதியாக.

பைக் தடுமாறிக் கீழே விழப் போனது. சுதாரித்தவன் "என்னைப் பற்றி..."

"எல்லாமே தெரியும். கொஞ்சம் இறங்கிக் காருக்கு வரீங்களா?"

"சாரி, நீங்க யார் போலீசா?" என்றான் காரில் அமர்ந்ததும்.

"நாங்க யார்ங்கறது இருக்கட்டும். நாங்களும் வினோத்தைத் தேடறவங்க என்றவரை நீங்க

தெரிஞ்சுக்கிட்டா போதும். சொல்லுங்க, உங்க கஸின்ஸ் எல்லோரும் ஊருக்குப் போயிட்டாங்க. நீங்க ஏன் இங்கயே சுற்றிட்டிருக்கீங்க?" என்று கேட்டாள் தன்யா.

"வினோத்தைக் கண்டுபிடிக்கத்தான்" என்று ஒப்புக்கொண்டான் ஸ்ரீகுமார். சிறிதுநேரம் அமைதியாக இருந்தான். பிறகு "சாம்பவியை நீங்க பார்த்ததில்லை. அவ தேவதை. ந்யூட்ரிஷன் அண்ட் டயடிக்ஸ் படிச்சுட்டு, இங்கே ஒரு ஹாஸ்பிடலில் வேலை பார்த்துக்கிட்டிருந்தா. நான் அங்கேயே சப்ளை மானேஜரா இருக்கேன். அவளைப் பார்த்தாலே நோயாளிகளுக்கு உற்சாகமா இருக்கும். தனிப் பாசம் வரும்.

"அவ எனக்கு அக்காதான். ஆனா இங்கே இருந்த ரெண்டு வருஷத்தில், என்னை அம்மா மாதிரிப் பார்த்துக்கிட்டா. அவ இறந்ததும் நானும் மத்தவங்க மாதிரி ஊருக்குப் போயிருக்கலாம்தான். மனசு வரலை. அவனைக் கண்டுபிடிச்சுக் குத்திக் கொன்னாத்தான்..."

"விளக்கமா சொல்லுங்க" என்று இடைமறித்தாள் தன்யா.

அவளை முறைத்தான் ஸ்ரீகுமார். "உங்களுக்கென்ன இதில் வந்தது? அவனை

அப்படியே அரெஸ்ட் பண்ணினாலும் ஜாமீன்ல வருவான். வழக்கு நிரூபிக்கப்படலைம்பாங்க. அப்படியே நிரூபிக்கப்பட்டாலும் கொஞ்சநாள் சிறையில்..."

"ப்ளீஸ், ஸ்ரீகுமார். வன்முறை, பழிவாங்குதல் எல்லாம் வேண்டாம். வினோத்துக்கும் சாம்பவியோட மரணத்திற்கும் என்ன சம்பந்தம்னு சொல்லுங்க" என்று குறுக்கிட்டான் தர்மா.

அவன் பேசியதில் எந்த உணர்ச்சியும் இல்லையாயினும் அவன் முகத்தைப் பார்த்ததுமே ஸ்ரீகுமார் அடங்கினான், அமைதியானான்.

"இந்த வயசில் எல்லோருக்கும் வர வியாதிதான் – லவ்! என் அக்காவைத் துரத்தித் துரத்தி லவ் பண்ணினான் வினோத். நாங்களே ரெண்டு மூணுதரம் அவனைத் தட்டி அனுப்பியிருக்கோம். எப்படியோ அவளை வலையில் சிக்க வெச்சுட்டான். அவன் அவ்வளவு நல்லவனில்லைன்னு எவ்வளவோ சொல்லிப் பார்த்தோம். என் மேல உயிரா இருக்கான், அவனைத் திருத்திடுவேன்னு எண்பதுகளின் தமிழ் சினிமா கதாநாயகி மாதிரிச் சொல்றா சார்" என்றான் தர்மாவிடம்.

"சரி, அவ்வளவு நம்பிக்கையா இருந்தவ ஏன் தற்கொலை பண்ணிக்கிட்டா?" என்றாள் தன்யா.

"தெரியலையே... எங்க யாருக்கும் தெரியலையே" என்று அழுகை முட்டும் குரலில் சொன்னான் ஸ்ரீகுமார்.

"வினோத் அவளை ஏமாற்றி..."

"அதுக்கெல்லாம் அவ தற்கொலை பண்ணிக்கறவ இல்லை மேடம். ரொம்பப் பாஸிட்டிவ்வான பொண்ணு அவ. முதலில் ஏதாவது பிரச்சனைன்னா என்னிடம் சொல்லாம இருக்கவே மாட்டா. அந்த ராஸ்கல்தான் அவளைக் கொன்னுருக்கணும்!"

"என்ன சொல்றீங்க? அவ சாவு தற்கொலைன்னு..."

"சார், அவ என்னிடமே ஒருதரம் சொல்லியிருக்கா-சாகறதுன்னு முடிவு பண்ணியாச்சுன்னா கஷ்டப்படக் கூடாது, அமைதியா ஸ்லீப்பிங் பில்ஸைப் போட்டுட்டுத் தூங்கிடணும்னு. அவ ஏன் சார் தூக்கில் தொங்கப் போறா? இவன்தான் செஞ்சிருக்கான் சார்! இல்லாட்டா அவன் ஏன் தலைமறைவா போறான்?"

"அன்றைக்கு நடந்த விஷயங்களை விளக்கமா சொல்ல முடியுமா?" என்றாள் தர்ஷினி, முதல் முறையாக வாய்திறந்து.

ஸ்ரீகுமார் அவள் பக்கம் திரும்பினான். "அன்றைக்கு சண்டே. எல்லோரும் வெளியே போறதுன்னு முடிவு பண்ணியிருந்தோம். திடீர்னு சாம்பவி வீட்டிலேயே இருக்கப் போறதா சொல்லிட்டா. எவ்வளவோ கூப்பிட்டுப் பார்த்தோம், தலைவலி அதிகமா இருக்குன்னு வர மறுத்துட்டா. வினோத் மெசேஜ் ஏதாவது கொடுத்தானான்னு தெரியல. அப்பப்போ மெலிதா சிரிச்சுக்கிட்டதை நான் மட்டும்தான் பார்த்தேன். வெளியே போயிட்டு வந்து பார்த்தா..." குரல் தொண்டையில் சிக்கிக் கொள்ள, நிறுத்தினான் ஸ்ரீகுமார்.

அவனே தொடர்ந்தான். "நீங்க யாரு, போலீசா என்னன்னு எனக்குத் தெரியாது. ஆனா கெஞ்சிக் கேட்டுக்கறேன், வினோத்தை எப்படியாவது கண்டுபிடிங்க. அவன் மேல இருக்கற குற்றத்தை நிரூபிங்க. அப்பதான் என் அக்கா ஆத்மா சாந்தியடையும்."

வேறு கேள்விகளுக்குக் காத்திருக்காமல், சரேலென்று காரைவிட்டு இறங்கி, பைக்கில் ஏறிக்கொண்டு பறந்துவிட்டான் ஸ்ரீகுமார்.

கனத்துப் போன மனதோடு அவனையே பார்த்துக் கொண்டிருந்தார்கள் மூவரும். அவன் கண்ணிலிருந்து மறைந்ததும் "நெக்ஸ்ட் டார்கெட் - ராஜேஷ் கண்ணா சார்" என்றாள் தன்யா.

6

"ஆமா, வினோத் என் பிள்ளைதான். அவனை இந்தச் சம்பவத்துக்கு முன்னடியே ஹைதராபாத்துக்கு அனுப்பினேன். அந்தத் தறுதலை வேற எங்கேயோ ஓடிப் போயிட்டான். அப்புறம் நான் அவனை என் பிள்ளைன்னே சொல்லிக்கறதில்லை. அவ்வளவுதான் மேட்டர்" என்றார் ராஜேஷ் கண்ணா சலிப்பாக.

"சாம்பவி..."

"அவங்க லவ் பண்ணினாங்கன்னு தெரியும். நானே அந்தப் பொண்ணைக் கூப்பிட்டு வார்ன் பண்ணியிருக்கேன், அந்தப் பயலோடப் பழகாதேன்னு. இருபத்தியெட்டு வயசு சார் – அதுக்குள்ள குடி, கண்ட கண்ட க்ளப்களுக்குப் போறது, ரௌடிப் பசங்க சகவாசம்..."

"ஆனாலும் சாம்பவி அவனை லவ் பண்ணியிருக்கா, இல்லையா?"

"என்ன லவ்வோ? யாரைக் காதலிக்கறதுன்னு அறிவு வேணாம்? ஆனா நான் எச்சரிச்சதுக்கு அப்புறம் அவ அவனைச் சந்திக்கறதைத்

தவிர்த்தான்னு நினைக்கறேன். இந்தப் பய அப்புறம்தான் ஹைதராபாத்துக்குப் போக ஒத்துக்கிட்டான்..."

"அதனால சாம்பவி..."

"...தற்கொலை செய்துட்டிருப்பான்னு எனக்குத் தோணலைங்க. அந்தப் பொண்ணு ப்ராக்டிகலா யோசிக்க ஆரம்பிச்சுட்ட மாதிரித்தான் இருந்தது. இந்தப் பயலும் சீரியஸா லவ் பண்ணிணானான்னு தெரியல. அவ தற்கொலை பண்ணிக்கிட்ட அன்னிக்கு முதல்நாளே ஊருக்குப் போயிட்டான்..."

பேச்சுக்கிடையில் ராஜேஷ் சிந்தனைவயப்படுவது தெரிந்தது. "அவங்க காதலை நான் பெரிசா எடுத்துக்கலை. அந்தப் பொண்ணு, இவன் ரெண்டு பேருமே இது நடக்காதுன்னு புரிஞ்சுக்கிட்ட மாதிரித்தான் எனக்குப் பட்டது..." என்றார். குரலில் லேசாகப் பயம் தெரிந்தது.

மூவரும் மௌனமாக வெளியே வந்தார்கள்.

"பிள்ளையைக் காப்பாத்தத்தான் நம்மைக் கூப்பிட்டிருப்பாரோ?" – தர்ஷினி.

"நாம ஒண்ணும் போலீஸ் இல்லையே, அதை வெளிப்படையா சொல்லலாமே! எதுக்கு மகன்

ஒருத்தன் இருக்கறதையே நம்மகிட்ட மறைச்சு... அவன் அவ தற்கொலையில் சம்பந்தப்பட்டிருப்பானோ என்பதே இப்பதான் அவருக்குத் தோணின மாதிரி... நல்லா நடிக்கறார்!" பொறுமினாள் தன்யா.

தர்மா இல்லை என்பதுபோல் தலையை ஆட்டினான்.

தன்யாவும் தர்ஷினியும் அவனை வியப்புடன் பார்த்தார்கள். "அவர் நடிக்கல. அட் லீஸ்ட், இந்த விஷயத்தில் நடிக்கல" என்றான் தர்மா. "அதாவது... எனக்குத் தோன்றியது இது" என்று சேர்த்துக் கொண்டான்.

"உன் உள்ளுணர்வில் எனக்கு எப்போதுமே நம்பிக்கை உண்டு, தர்மா" என்றாள் தன்யா.

7

"யாருக்குக் கால் பண்ணின?" என்றான் தர்மா.

"மாதவி. சாம்பவியோட ஸிஸ்டர்" என்றாள் தன்யா. "அவ பொதுவா எல்லார் சொல்றதையுமே கன்ஃபர்ம் பண்றா..."

"என்ன இழுக்கற?"

"ஒரு சின்ன முரண்பாடு. அதை எப்படி எடுத்துக்கறதுன்னு தெரியல. பார்க்கலாம்" என்று சிந்தனையில் ஆழ்ந்த தன்யா, "ஹலோ ஃபோக்ஸ்" என்ற உற்சாகக் குரலில் கலைந்தாள். "ஹலோ போஸ்" என்றாள் அதே சுருதியில்.

சுவாதீனமாக சோபாவில் அமர்ந்த இன்ஸ்பெக்டர் போஸ் "என்ன, திடீர்னு மாம்பலம் வாசம்?" என்றான்.

"உனக்கு முன்கதைச் சுருக்கம் சொன்னாத்தான் புரியும்" என்று ஆரம்பித்துத் தர்மா விஷயம் முழுவதையும் சொல்லி முடிப்பதற்குள் தர்ஷினி ட்ரேயில் வைத்த கப்களில் டீயுடன் வந்து சேர்ந்தாள். அவளுக்குக் கண்களால் நன்றி

சொல்லி ஒரு கப்பை எடுத்துக் கொண்டான் போஸ்.

"அந்த கப் யாருக்கு? தர்மா இப்போ டீ குடிக்க மாட்டானே? ஓ, ஆவிக்கா?" என்றான்.

"ஏன், நாங்க குடிக்க மாட்டோமா?" என்றாள் தன்யா.

"நான் பேய்னு சொன்னதே உன்னைத்தானே!" என்றான் போஸ் வேடிக்கையாக.

"போஸ்! உனக்குச் சகவாசம் சரியில்லை. இந்தத் தர்மாவோட சேர்ந்தா, இப்படித்தான் அவிச ஜோக்கா அடிக்கத் தோணும். போகட்டும், உன்னை எதுக்கு வரச் சொன்னோம், சொல்லு பார்க்கலாம்" என்றாள் தன்யா.

"நான் யூனிஃபார்ம் போடாம மஃப்டில வந்தா, நீ மரியாதையை வாபஸ் வாங்கிடுவியே! சொல்லு, மகாராணியார் இந்தச் சேகவகனை எதற்கு அழைத்தீர்கள்?" என்றான் போஸ்.

இந்த வேடிக்கையைப் புன்சிரிப்புடன் பார்த்துக் கொண்டிருந்தார்கள் தர்மாவும் தர்ஷினியும்.

"ஆமா, சுத்த முட்டாள் சேவகன். இதுகூடப் புரியலையா? வினோத் கண்ணாவைக் கண்டுபிடிச்சுக் கைது பண்ணு" என்றாள் தன்யா.

"சரி, ட்ரை பண்றேன்" என்றான் போஸ் சற்று யோசனைக்குப் பிறகு.

"வினோத் கன்னாவைக் கண்டுபிடி, வினோத் மெஹ்ராவைக் கண்டுபிடிங்க வேண்டியது. உடனே நான் என் பீட்டை விட்டுட்டு மும்பை, ஹைதராபாத், டெல்லின்னு அலையணும்! அடுத்துத் தர்மேந்திரா, ஜீதேந்திரா, அமிதாப் பச்சன் எல்லாரையும் கூப்பிடுவா சண்டிராணி! வந்து வாய்ச்சுதுங்களே எனக்குன்னு" என்ற போஸின் மைண்ட் வாய்ஸை நல்ல வேளையாக அங்கு யாரும் கேட்கவில்லை!

"இங்கே நடந்த தற்கொலை பற்றி உனக்கு என்ன தெரியும், போஸ்?" என்று அவன் சிந்தனைகளைக் கலைத்தான் தர்மா.

"ம். தலையில் ஏதோ காயம் பட்டிருக்கு. அது தூக்குப் போட்டுக்க முயலும்போது சுவற்றில் மோதியிருக்கலாம், அல்லது..."

"தலையில் அடிச்சு மயக்கப்படுத்தி வேறு ஒரு நபர் தூக்கில் மாட்டியிருக்கலாம்" என்றாள் தர்ஷினி.

"எக்ஸாக்ட்லி" என்றான் போஸ், தர்ஷினியை ஒரு பெருமைப் பார்வை பார்த்து.

டீயைக் குடித்து முடித்துவிட்டு எழுந்தவன் "இந்தக் கேஸில் இன்னொரு முக்கியமான விஷயம்

எனக்குத் தெரியும், சொல்ல மறந்துட்டேன்" என்றான் மீண்டும் அமர்ந்து கொண்டு. எல்லோரும் அவன் வார்த்தைகளில் கவனமாக, தொடர்ந்தான். "இதை இன்வெஸ்டிகேட் பண்ணின இன்ஸ்பெக்டருக்கு ஒரு அனானிமஸ் கால் வந்தது. அதாவது, இந்தப் பொண்ணு தற்கொலை செய்துக்கிட்டதுக்குக் கொஞ்சம் முன்னாடி ஒருத்தன், அது வினோத்னுதான் சொன்ன மாதிரி இருந்தது, அவ வீட்டுக்குள்ள போயிருக்கான். அதை அந்த ஃபோன் பார்ட்டி பார்த்தாங்களாம்."

எல்லோரும் இந்தச் செய்தியை ஜீரணிக்க முயலும்போதே போஸ் எழுந்தான். "இன் ஃபாக்ட், எனக்கு ஏன் அந்தப் போன் கால் விஷயம் நல்லா நினைவிருக்குன்னா, அந்தப் பொண்ணு வேலை செய்யற ஹாஸ்பிடல் மேல ஏற்கெனவே ஒரு என்கொயரி போய்க்கிட்டிருக்கு. அதில் சம்பந்தப்பட்டதுதான் இந்தக் கேஸும் என்ற ஐடியாவில் இன்ஸ்பெக்டர் முதலில் இன்வெஸ்டிகேஷனை ஆரம்பித்தார். ஆனா இந்தக் கால் வந்தபோது இதில் பர்சனல் பிரச்சனைகள் ஏதாவது இருக்கான்னு பார்க்க ஆரம்பிச்சார்..."

"அப்போ போலீஸ் இதுக்குள்ள வினோத்தை அரெஸ்ட் பண்ணியிருக்கணுமே!" என்று குறுக்கிட்டாள் தன்யா.

"இல்லை தன்யா. வினோத் இந்தச் சம்பவம் நடந்த முதல் நாளே ஹைதராபாத்துக்குக் கிளம்பிட்டான் – ஃப்ரெண்ட்ஸோட காரில். அவனுக்கு அலிபி இருக்கு. அதான் வேறு திசைகளில் எல்லாம் தேடிப் பார்த்துட்டுத் தற்கொலைன்னு கேஸை மூடியிருக்கார். இதற்கிடையில் இந்த ஆவி மேட்டர் வேற..."

சமையலறையில் படபடவென்று பாத்திரங்கள் கொட்டின. எல்லோருக்குமே தூக்கிவாரிப் போட்டது.

"ஆவிக்கு ஒரு கப் டீ கொடுத்திடுன்னு அதான் சொன்னேன்" என்றான் போஸ், நடுக்கம் குறையாதவனாக.

"இதை நினைத்துக் கவலைப்பட வேண்டியதில்லை போஸ். ஆவியால் பேச முடியாது. இப்படித்தான் தன் உணர்ச்சிகளை வெளிக்காட்ட முடியும். அதனுடைய எண்ணம் நிறைவேறத்தானே நாம வேலை செய்யறோம்" என்றான் தர்மா அமைதியாக.

"ஒருத்தர் உடம்பில் ஏறினா, ஆவி பேசலாம். அப்படித்தான் ராஜேஷ் கண்ணா மனைவி மேல ஏறிச்சுன்னாங்களே" என்றாள் தன்யா.

"சாம்பவியை நினைச்சா பயத்தைவிடப் பரிதாபந்தான் வரது. இப்பக்கூட அது ஏதோ சொல்ல நினைக்கிறது. அது என்னவா இருக்கலாம்?" என்றாள் தர்ஷினி.

"நான் ஏற்கெனவே சொன்னதுதான் – வினோத்தைக் கண்டுபிடி! அவன் அலிபியில் ஏதாவது ஓட்டை இருக்கான்னு பாரு" என்றாள் தன்யா.

அலமாரியிலிருந்த புத்தகங்கள் விழுந்தன.

"பார், ஆவி நீ சொல்றதை ஒத்துக்கறது" என்றான் போஸ்.

"ஆவி சொல்றது இருக்கட்டும். நீ எல்லாத் திசையிலும் பாரு. உண்மையை ஆதாரத்தோட கண்டுபிடி. ஒரே திசையில் பார்க்கறது எப்போதுமே ஆபத்து. போஸ், வினோத்தைக் கண்டுபிடிக்க வேண்டியதுதான் ஃபர்ஸ்ட் ப்ரையாரிட்டி இப்போ" என்றான் தர்மா.

8

அடுத்த ஞாயிற்றுக்கிழமை.

காமன் ஹாலில் குடித்தனக்காரர்கள் கூடியிருந்தார்கள். ராஜேஷ் கண்ணா அவர்களுக்கு மத்தியில் தவிப்புடன் நின்றுகொண்டிருந்தார்.

"ராஜேஷ் சார், தயவுசெய்து நாங்க சொல்றதைப் புரிஞ்சுக்கோங்கோ. இது ஒண்ணும் பாழடைஞ்ச பங்களா இல்லை. பதினாறு குடித்தனக்காரங்க இருக்கற அப்பார்ட்மெண்ட். ஏதோ ஒரு ஃப்ளாட்டில் அசம்பாவிதம் நடந்துடுத்து, அதைக் கடந்து போக நாங்க தயாராத்தான் இருந்தோம். அப்புறம் ஆவி நடமாட்டம் ஆரம்பிச்சது, அதையும் பொறுத்துண்டோம். முதல்ல அந்த ஃப்ளாட்டுக்குள் மட்டும் நடமாடின ஆவி இப்போ காமன் ஏரியாக்கு வந்துடுத்து. இப்பவே நாங்க பயந்து நடுங்கிண்டுதான் இங்கே உட்கார்ந்திருக்கோம்.

"இன்றைக்கு முதன்முதலா ஆவி வீட்டுக்கு அடுத்த வீட்டில் – அதாவது என் வீட்டில், ப்ராப்ளம். சமையல் பண்ணினதெல்லாம் கொட்டி, ரத்தமெல்லாம்... நாங்க எல்லோருமே காலி

பண்ணிடலாம்னு இருக்கோம். எங்களைத் தப்பா நினைக்காதேள்" என்றார் அவர்.

"அதுக்கு அவசியம் இல்லை சார்" என்றவாறே உள்ளே நுழைந்தாள் தன்யா. பின்னால் தர்மா, தர்ஷினி.

எல்லோரும் அவர்களையே பார்த்தனர். தன்யா அமர்ந்ததும் பேசியவரைப் பார்த்துக் கூறினாள் - "மிஸ்டர் பஞ்சாபகேசன், உங்க வீட்டில் சில அசம்பாவிதங்கள் நடந்துடுத்தாமே! நாங்க ரொம்ப வருத்தப்படறோம். இந்த மாதிரிச் சம்பவங்கள் நடக்காமத் தடுக்கணும்னுதான் ராஜேஷ் சார் எங்களை வரச் சொல்லியிருக்கார்."

"நீங்க யாரு? உங்களை ஏன் ராஜேஷ் வரச் சொல்லணும்?" என்றார் பஞ்சாபகேசன் சந்தேகமாக.

தர்மா சதுரா துப்பறியும் நிறுவனம் பற்றி விளக்கினான்.

"துப்பறியறவா இப்போ ஆவியெல்லாம் அடக்கறாளா?" என்று பஞ்சாபகேசன் சிரிப்புடன் கேட்டார்.

"மிஸ்டர் பஞ்சாபகேசன், எங்களைப் பற்றிப் பேசறதுக்கு முன்னாடி ஒரு சின்னக் கேள்வி.

இதுவரை ஆவியோட... இருப்பு... ஒரு வீட்டில்தான் உணரப்பட்டது. இப்போ உங்க வீட்டிலும் தெரிகிறதுன்னு சொல்றீங்க. ஆவிக்கு உங்கமேல் கோபம் இருப்பதற்கு ஏதாவது காரணம் இருக்கா?" என்றாள் தன்யா.

"என்ன... என்ன பேத்தறேள்? என்... என் மேல... ஆவி..."

"கஷ்டப்படாதீங்கோ. உங்கமேல கோபம்தான் இருக்கணும்னு இல்லை. நன்றி சொல்லக்கூட இப்படிப் பண்ணியிருக்கலாம். ஆவிகளால் இப்படித்தான் நம்மோடு தொடர்பு கொள்ள முடியும்."

சற்றே நிம்மதியான பஞ்சாபகேசன் "சரி. அப்படியே வெச்சுண்டாலும் எனக்கு அது நன்றி செலுத்தத்தான் என்ன காரணம் இருக்க முடியும்?" என்று கேட்டார்.

"என்ன சார் இப்படிக் கேட்கறேள்? எங்கேயோ போயிண்டிருந்த இந்தக் கேஸைத் திசைதிருப்பிச் சரியான பாதைக்குக் கொண்டுவந்ததே நீங்க தானே!"

எல்லோரும் திடுக்கென்று அதிர்ந்தார்கள்.

தன்யா எழுந்தாள். மெதுவாக உலவிக் கொண்டே பேசினாள். "சாம்பவி தற்கொலை பண்ணிண்டா. ஆனா அது ஏன்னு யாருக்குமே தெரியல. அவளோடு தங்கியிருந்த, அவ மேல் உயிரையே வெச்சிருந்த அவளோட தம்பி, தங்கைகளுக்கும் தெரியல. இது கொலையாகவும் இருக்கலாம்னு புரிஞ்சுண்ட இன்ஸ்பெக்டர் அவளோட பின்புலத்தை ஆராய்ந்தபோது, தற்போது ஏதோ சந்தேகத்தின்பேரில் விசாரிக்கப்படற ஒரு மருத்துவமனையில் சாம்பவி வேலை பார்த்துண்டிருந்தான்னு தெரிஞ்சு, அதை மேல கிளற ஆரம்பிக்கறார்.

"அப்போ அவருக்கு ஒரு அநாமதேயக் கால் வருது. அதாவது அன்றைக்கு யாரோ சாம்பவி வீட்டுக்குள் போனதாகவும், அது வினோத்தா இருக்கலாம்னும் சொல்லப்பட்டது. அப்போதுதான் வினோத் என்ற ஒருவன் இந்தக் கேஸில் சம்பந்தப்பட்டிருக்கலாம்னு அவருக்குப் புரிஞ்சதே!"

பேசி நிறுத்திய தன்யா பஞ்சாபகேசன் பக்கம் திரும்பினாள். "அந்தக் கால் பண்ணினது நீங்கதானே சார்? ப்ளீஸ், இல்லைன்னு சொல்லிடாதீங்கோ. நாங்க ட்ரேஸ் பண்ணிட்டோம்" என்றாள்.

பஞ்சாபகேசன் தலைகவிழ்ந்தார்.

"வினோத்தைப் பற்றி விசாரிச்ச இன்ஸ்பெக்டர், அவன் அதற்கு முதல்நாளே ஹைதராபாத் கிளம்பிட்டான்னும் அவனுக்குச் சம்பவம் நடந்த நேரம் அலிபி இருக்குன்னும் தெரிஞ்சுண்டார். ஆனால், அந்த அலிபியைக் கொடுத்தது அவனுடைய நண்பர்கள். அவங்க பொய் சொல்லியிருக்கலாம். இந்த எண்ணம், வினோத் ஹைதராபாத்தில் தற்போது இல்லை, அவனை மொபைலில் தொடர்புகொள்ள முடியலை, எங்கோ தலைமறைவாகிட்டான்னதும் வலுவானது. அவனைப் போலீசால் ட்ரேஸ் பண்ண முடியலை. கேஸ் இப்போ க்ளோஸ் பண்ற நிலையில் இருக்கு.

"அப்போதான் ஆவி நடமாட்டம் ஆரம்பிச்சது. இந்தக் கேஸை அது மறுபடியும் ஆக்டிவ்வா ஆக்கியது. திரு ராஜேஷ் கண்ணா ஆவி இங்கிருந்து வெளியேற்றப்படணும்னு நினைச்சு எங்களை உள்ளே கொண்டுவந்தார். ஆனால் இந்தக் கேஸில் வினோத் சம்பந்தப்பட்டிருக்கான் என்ற விஷயம் அவருக்கே தெரியாது, இல்லையா சார்?"

இப்போது ராஜேஷ் கண்ணா தலைகவிழ்ந்தார். "ஏண்டா உங்களைக் கூப்பிட்டோம்னு கூட நினைச்சேன்" என்று ஒப்புக் கொண்டார்.

"இதற்கிடையில் எங்களோடு ஒருவர் தொடர்புகொண்டார். அவர்தான் வினோத்தைப் பற்றியும் வினோத்துக்கும் சாம்பவிக்கும் இருக்கும் காதலைப் பற்றியும் எங்களுக்குத் தெளிவாகச் சொன்னார். அவர்... தன் அக்காவின் முடிவின் காரணத்தைத் தெரிந்து கொள்ள வேண்டும் என்பதற்காக ஊருக்குப் போகாமல் இங்கேயே தங்கியிருக்கும் மிஸ்டர் ஸ்ரீகுமார்."

ஸ்ரீகுமார் உள்ளே வந்தான். யாரையும் பார்க்காமல் ஒரு நாற்காலியில் அமர்ந்துகொண்டான்.

தொடர்ந்தாள் தன்யா. "சாம்பவி தற்கொலை நடந்த அன்று என்ன நடந்ததுன்னு அவர்தான் விளக்கமா சொன்னார். அவர் சொன்னதை முழுக்க முழுக்க ஒத்துண்டா மாதவி. மாதவி யாருன்னு சொல்லவேண்டியதில்லை – சாம்பவியோட ஸிஸ்டர்.

"ஆனா அன்று வினோத்தைச் சந்திக்கறதுக்காகத்தான் சாம்பவி அவுட்டிங் வர மறுத்தாங்கற விஷயம் மட்டும் மாதவிக்குத் தெரியல! அவ தனக்குள் அடிக்கடி சிரிச்சிண்டதையும் மாதவி பார்க்கல. அவளைப் பொறுத்தவரை வினோத்தைவிட்டு சாம்பவி ஒதுங்க ஆரம்பிச்சுட்டா.

"சாம்பவிக்கு மாதவியைவிட ஸ்ரீகுமார் மீது அன்பு அதிகம் என்பதால், ஸ்ரீகுமார் மட்டும்தான் இதைப் புரிஞ்சிண்டிருக்கார். வினோத் மீது சாம்பவிக்கு இருந்த... ஈர்ப்புன்னு சொல்லலாமா? அதை எதிர்த்தவர்களில் அவரும் ஒருவர். அப்போ அவன் ஊருக்குப் போயிட்டதா எல்லோரும் நம்பும்போது, சாம்பவி அவனைச் சந்திக்கப் போறான்னா, அவளைத் தனியா விட்டுட்டுப் போவாரா?

"இந்தக் கேள்வி என்னைக் குழப்பியது. மாதவிகிட்ட ஆழமா விசாரிச்சப்போ, ஸ்ரீகுமார் சாம்பவிக்கு ஏதாவது மாத்திரை வாங்கிக் கொடுத்துட்டு வந்து அவங்களோடச் சேர்ந்துக்கறதா சொல்லித் திரும்பிப் போனார்னு சொன்னா...

"நீங்க சாம்பவியைப் பார்த்தீங்களா ஸ்ரீகுமார்? என்ன நடந்தது?"

ஸ்ரீகுமார் நிமிர்ந்தான். ஒரு பெருமூச்சுடன் சொல்லலானான். "பார்த்தேன். அவ வினோத் அன்றைக்கு அவளைச் சந்திக்க வரப் போறதா ஒத்துக்கிட்டா. தயவுசெய்து நாங்க யாரும் அங்கே இருக்க வேண்டாம்னும் கேட்டுக்கிட்டா. அவனை எவ்வளவு மறக்க முயற்சி பண்ணினாலும், முடியலைன்னு அழுதா. அவளை விட்டுட்டுப் போயிட்ட ஒருத்தனுக்காக அவ இப்படி உருகறது

தப்புன்னும் இன்னியோட இந்த விவகாரத்துக்கு முற்றுப்புள்ளி வெச்சுடுன்னும் உறுதியா சொல்லிட்டு, வாங்கின மாத்திரையையும் கொடுத்துட்டு வந்தேன்."

"இதை ஏன் நீங்க போலீஸில் சொல்லல, ஸ்ரீகுமார்?"

"பயம்தான் காரணம். சாம்பவியோட மரணம் கொலையா இருக்கலாம்னு போலீஸ்ல பேசிக்கிட்டாங்க. அதான்..."

"ரைட்" என்றாள் தன்யா. சில விநாடிகளுக்குப் பிறகு "ஸோ, இந்த விஷயத்தில் வினோத்துக்குச் சம்பந்தம் இருக்குங்கறதை இவங்க எல்லோரும் உறுதிப்படுத்தியிருக்காங்க. வினோத் சாம்பவியைத் தற்கொலைக்குத் தூண்டினாரா, அல்லது அவளை அவரே கொலை செய்துட்டாரா..."

ராஜேஷ் கண்ணாவின் முகத்தில் பீதி பரவியது.

"இதை க்ளியர் பண்ண ரெண்டே பேராலதான் முடியும். ஒருவர் சாம்பவி. இன்னொருவர், வினோத். சாம்பவி இப்போ இங்கே இருக்காங்கன்னு நானும் உங்க எல்லாரோடும் நம்பறேன். ஆனா அவங்களால பதில் சொல்ல முடியாது. அதனால்

நாம வினோத்தையே கேட்டுடுவோமே!" என்ற தன்யா "போஸ்!" என்று குரல் கொடுத்தாள்.

போஸ் உள்ளே நுழைந்தான். அவன் பின்னால், இரு கான்ஸ்டபிள்களுக்கு இடையில்... வினோத்!

9

"மிஸ்டர் வினோத் கன்னா! இனி நீங்க பேசலாம். பேசுங்க-உண்மையை மட்டும்" என்றாள் தன்யா.

வினோத் மௌனமாக நின்றான்.

"சரி, நானே சொல்றேன்" என்றாள் தன்யா. "சாம்பவியும் வினோத்தும் காதலிச்சாங்க. அந்தக் காதலின் ஆழம் என்னன்னு எனக்குத் தெரியல. ஆனா ராஜேஷ் சாரால் வார்ன் பண்ணப்பட்ட சாம்பவி, வினோத்தை விட்டு விலக முயன்றாள்ங்கறது உண்மை. வினோத் உடைஞ்சு போனான்னாலும் சுதாரிச்சுக்கிட்டு அப்பா சொன்னபடி ஹைதராபாத்துக்குப் புது வேலைக்காகப் புறப்பட்டான்.

"அங்கே போன அவனுக்கு ஷாக் காத்திருந்தது – சாம்பவி தற்கொலை பண்ணிக்கிட்ட ந்யூஸ்! அதோடு ஒரு கால் – இந்த விஷயத்தில் போலீஸ் வினோத்தைச் சந்தேகப்படறதா..."

"...இல்லை மேடம்" இடைமறித்தான் வினோத். "அப்படி இருந்திருந்தா நான்

கவலைப்பட்டிருக்கவே மாட்டேன். என் அப்பாவைச் சந்தேகப்படறதா சொன்னாங்க. சாம்பவியை என் அப்பா விரும்பினதா போலீஸ் சந்தேகப்படுதுன்னு என்னென்னவோ..."

பளீரென்று தீச்சுட்டாற்போல் துடித்தார் ராஜேஷ்.

"என்னால் இதை நம்பமுடியல. ஆனா மனதிற்குள் ஒரு உறுத்தல். எங்க ரெண்டுபேரையும் அவர் பிரிச்சது, என்னை ஊருக்கு அனுப்பினது... நான் தலைமறைவா போயிட்டா, சந்தேகம் என் மேல திரும்பும்னும், அப்பாவை விட்டுடுவாங்கன்னும்..."

"...நீங்க நினைச்சீங்களா, அந்தக் கால் பேசினவங்க சொன்னாங்களா?"

"அவங்கதான் சொன்னாங்க. எனக்கும் அது சரின்னு பட்டது. அதான்..."

"தலைமறைவாகிட்டீங்க! அதுவும் எங்கே? சாம்பவியோட சொந்த ஊர்ல, மாதவி உதவியோட! அங்கே யார் உங்களைத் தேடப் போறாங்க? ஷியர் ஜீனியஸ்!" என்று வியந்தாள் தன்யா.

"எனக்கு மட்டும் சந்தேகம் தட்டியது. மாதவியோட நான் பேசியபோது, வினோத் மேல அவளுக்கு ஒரு ஸாஃப்ட் கார்னர் இருக்கறதைப் புரிஞ்சுக்கிட்டேன். அவளைப் பின்தொடர்ந்தா

ஏதாவது தெரியலாம்னு நான் போஸ்க்கு க்ளூ கொடுத்தேன். ரெஸ்ட், போஸின் அருமையான வேலை" என்றாள் தர்ஷினி.

"தர்ஷினிக்கு மட்டுமே இதெல்லாம் ஸ்ட்ரைக் ஆகும்" என்றான் போஸ்.

"ஆக, நீங்க அன்று சென்னை வரவேயில்லையா, மிஸ்டர் வினோத்?" என்று கேட்டாள் தன்யா.

"இல்லை மேடம். ஆனா நான் அங்கே வந்ததா சந்தேகம் இருக்கறதா தெரிஞ்சுக்கிட்டேன்."

"வினோத்துக்குக் கால் பண்ணினதும் நீங்கதானே, மிஸ்டர் பஞ்சாபகேசன்?" என்று திடீரென்று அவர் பக்கம் திரும்பினாள் தன்யா.

"அய்யய்யோ! என் மேல இப்படியெல்லாம் பழிபோடாதேள்! ஏதோ ஒரு கால், அதுவும் நாம பார்த்ததைப் போலீஸில் சொல்லிடணும்னு பண்ணினேனே தவிர..."

"வினோத் தான் அன்றைக்கு வரவேயில்லையே, நீங்க என்ன பார்த்து என்ன போலீஸில் சொன்னீங்க சார்?" தன்யாவின் கேள்வியில் தகர்ந்தார் பஞ்சாபகேசன்.

"யாரோ உள்ளே போனாங்க. வினோத் மாதிரித்தான் தெரிஞ்சது" என்றார்.

"அது ஒருவேளை ஸ்ரீகுமாரா இருக்கலாம் இல்லையா? அவர் வந்ததா ஒப்புக் கொண்டிருக்காரே!" என்றாள் தர்ஷினி.

"ம்... இருக்கலாம். நான் பாட்டுக்கு வாயை மூடிண்டு இருந்திருக்கலாம். போன் பண்ணப் போக..."

"சார் உங்க கம்பெனில என்னவா இருக்கேள்னு தெரிஞ்சுக்கலாமா?" என்று கேட்டாள் தன்யா.

"என்ன திடீரென்று குழப்புகிறாள்?" என்ற பார்வை பார்த்துவிட்டு, "சுபா ஃபார்மஸில ஜெனரல் மானேஜரா இருக்கேன்" என்றார்.

"அவங்க சாம்பவி வேலைபார்த்த ஹாஸ்பிடலோட முக்கியமான மெடிசின் சப்ளையர், இல்லையா? உங்க கம்பெனி அவுட்லெட்கூட ஹாஸ்பிடலில் பார்த்திருக்கேன்" என்றாள் தன்யா.

"ஆமா."

"இப்போ அந்த ஹாஸ்பிடல்ல என்ன என்கொயரி நடக்கறது, போஸ்?"

"போலி மருந்துகள் சப்ளை" என்றான் போஸ்.

பஞ்சாபகேசன் நடுங்கினார். "ஹலோ, நான் ஃபார்மா கம்பெனியில் இருக்கறது உண்மைதான்.

ஆனா மெடிசின் செக்ஷன்ல இல்லை. மெடிகல் டூல்ஸ் தான் என்னுடைய செக்ஷன்" என்றார்.

"அப்ப மெடிசினோடு சம்பந்தப்பட்ட யாராவதுதான் இதைச் செய்திருக்கணும் இல்லையா? உதாரணத்துக்கு... அந்த ஹாஸ்பிடலிலேயே சப்ளை மானேஜரா இருக்கும் ஸ்ரீகுமார்?"

10

"வாட்?" என்று அதிர்ந்துபோய்க் கத்தினான் ஸ்ரீகுமார்.

"ரிலாக்ஸ், ஸ்ரீகுமார்! ஏன் டென்ஷன் ஆகறீங்க? இப்போ நீங்கதான் சாம்பவியைக் கொலை பண்ணிட்டீங்கன்னு நாங்க சொன்னோமா? ஒரு உதாரணத்துக்குச் சொன்னோம், அவ்வளவுதான்" என்று தன்யா சிரித்தாள்.

"அவர் ரொம்ப நல்ல உதாரணமாச்சே! இந்தப் போலி மருந்துகள் விஷயத்தில் அவருக்குச் சம்பந்தம் இருந்தா, அது அவருடைய அக்காவும், அதே ஹாஸ்பிடலில் வேலை செய்யறவளும் ஆன சாம்பவிக்குத் தெரிய சான்ஸ் இருக்கு இல்லையா?" என்றாள் தர்ஷினி.

"அது மட்டுமா? அன்று சாம்பவியைப் போய்ப் பார்த்ததா ஒத்துக்கற ஒரே நபர் அவர்தான்" என்றாள் தன்யா.

"நான் மாத்திரை கொடுக்கத்தான் போனேன்" என்றான் ஸ்ரீகுமார். அவனுக்கு வியர்த்துக் கொட்டியது.

"மாத்திரை கொடுக்கவா? எப்படி, ஒரே ஒரு மாத்திரை வாங்கிண்டு போனீங்களா? க்ரோசின் ஸ்ட்ரிப்பே அங்கே இல்லையே!" என்றாள் தர்ஷினி. "போலீஸ் ரெகார்ட்ஸை முழுவதும் நான் பார்த்துட்டேன்."

"இல்லை, இல்லை, இல்லவே இல்லை" என்று கத்தினான் ஸ்ரீகுமார். சிலீரென்று காமன் ஹால் ஜன்னல் கண்ணாடி உடைந்ததும் நடுங்கிப் போனான்.

"சொல்லுங்க ஸ்ரீகுமார். இனிமே மறைச்சுப் பிரயோஜனம் இல்லை" என்றான் தர்மா மிக அமைதியான குரலில். அதைக் கேட்டு ஏனோ ஸ்ரீகுமார் மேலும் நடுங்கினான்.

"சொல்லிடறேன். வந்து... சுபா ஃபார்மஸில தயார் பண்ற போலி மருந்துகளை எங்க ஹாஸ்பிடல்ல வாங்கிட்டிருந்தாங்க. சப்ளைல இருக்கற நானும் அதைக் கண்டுக்கக் கூடாதுன்னு உத்தரவு. நான் பணிஞ்சேன்... ஒரு தடவை அதற்கான காம்பன்சேஷனைப் பர்ச்சேஸ் மானேஜர் கொண்டுவந்து கொடுத்தபோது சாம்பவி பார்த்துட்டா. என்ன விஷயம்னு துருவித்துருவிக் கேட்டுத் தெரிஞ்சுக்கிட்டா.

"நான் இந்த ராக்கெட்டை விட்டு வெளியே வந்து போலீஸில் சரணடையலேன்னா, அவளே கம்ப்ளெயிண்ட் கொடுத்திடுவேன்னு மிரட்டினா. நான் சரின்னு சொல்லி அவளைச் சமாதானம் செஞ்சேன். ஆனா அவ வாயை மூட நேரம் பார்த்துக்கிட்டே இருந்தேன். அந்தப் பழியை வினோத் மேல போட்டுடணும்னும் முடிவு செஞ்சேன்.

"ஆனா சாம்பவி வினோத்தைவிட்டு விலக ஆரம்பிச்சா. வினோத்தும் ஊருக்குப் போயிட்டான். இருந்தாலும் ஒரு சந்தர்ப்பம் கிடைச்சது, நாங்க எல்லோரும் வெளியே கிளம்ப இருந்தபோது சாம்பவி தலைவலியால வரலைன்னு சொல்லிட்டா. நான் திரும்பிப் போய் அவளை... முடிச்சுட்டு, எல்லோருடனும் சேர்ந்துக்கிட்டேன். போலீஸ் சாம்பவியோட மரணத்துக்குக் காரணம் ஹாஸ்பிடல்ல நடக்கற என்கொயரியான்னு சந்தேகப்பட ஆரம்பிச்சதும் எனக்குப் பயம் வந்தது.

"எதிர்பாராதவிதமா ஒரு லக் அடிச்சது. நான் வீட்டுக்குள்ளே போகிறதைப் பார்த்துட்ட பஞ்சாபகேசன் சார், யாரோ அன்று வீட்டுக்கு வந்தாங்கன்னு என்னிடம் சொன்னார். அது வினோத் தான்னு அவர் மனதில் பதியவெச்சு,

போலீஸ்க்கு ஃபோனும் பண்ணச் சொன்னேன். நான் நினைத்தபடியே போலீஸின் கவனம் வினோத் மேல விழுந்தது.

"வினோத் தன் அலிபியைச் சொன்னதும் போலீஸ் மறுபடி ஹாஸ்பிடல் மேல கவனம் செலுத்த ஆரம்பிச்சாங்க. அதனால் நானே வினோத்துக்குக் கால் பண்ணி அவனை மிரட்டி, தலைமறைவா போக வெச்சேன். போலீசும் அவனைத் தேடிக் கண்டுபிடிக்க முடியாம கேஸைக் க்ளோஸ் பண்ணிட்டாங்க.

"ஆனா பிரச்சனை வேறு மாதிரிப் போனது. சாம்பவி... ஆவியா என்னைப் பழிவாங்கத் திரும்பி வந்தா. இந்த வீட்டைவிட்டு அவளால வெளியே போக முடியலை. என்னை எதிர்பார்த்துக்கிட்டே இருந்தா. ஆனா அவளால பயமடைந்த ராஜேஷ் சார் உங்களை வரச் சொல்லிட்டார். உண்மையும் வெளியே வந்திருச்சு..."

மௌனம்.

தர்மா மெதுவாக அவனை நெருங்கினான். "சாம்பவி உனக்கு என்ன வேணும், ஸ்ரீகுமார்?" என்று கேட்டான்.

"அக்க்...கா" என்று குழறினான் ஸ்ரீகுமார்.

தர்மாவின் கண்களில் தெரிந்த அனலைக் கவனித்துப் போஸ் சட்டென்று அவர்கள் நடுவில் நின்றுகொண்டான். ஸ்ரீகுமாரைக் கைதுசெய்து அழைத்துப் போனான்.

"அடப்பாவி!" என்றார் பஞ்சாபகேசன், அங்கே இருப்போர் எல்லோருடைய குரலாய்.

11

"ரொம்ப நன்றிம்மா. இனி சாம்பவி சாந்தமாயிடுவா" என்றார் ராஜேஷ் கண்ணா, நெகிழ்ந்தவராய்.

"கண்டிப்பா சாந்தமாயிடுவா. அவளை நடமாட வெச்சதே நீங்கதானே, ராஜேஷ் சார்?" என்று தன்யா குறும்பாகக் கேட்டாள்.

"என்னது?"

"ராஜேஷ் சார், இது உண்மையைச் சொல்லும் நேரம். நீங்க இத்தனை வருஷம் ஒரு டீவி சீரியல் தயாரிக்கும் கம்பெனில குமாஸ்தாவா இருக்கீங்கன்னு தெரிஞ்சதுமே இங்கே நடக்கிற ஆவி லீலைகளெல்லாம் உங்க தயாரிப்புதான்னு! அப்படியே இதை ஏன் செய்தீங்கன்னும் சொல்லிட்டீங்கன்னா..."

ராஜேஷ் தன் ஆரம்ப வழுக்கையைச் சொறிந்துகொண்டார். பேச ஆரம்பித்தார். "சாம்பவி மேல நான் என் உயிரையே வெச்சிருந்தேன். மத்தவங்க நினைக்கற மாதிரி எந்தத் தப்பான நோக்கமும் கிடையாது – என்

மகளாத்தான் நினைச்சிருந்தேன். திடீர்னு அவ இறந்துபோனதும் என்னால் தாங்கவே முடியல. அவ மரணத்துக்கான காரணத்தைத் தெரிஞ்சுக்கணும்னு தவிச்சேன். போலீஸைக் கேட்டுக்கிட்டே இருந்தேன். போலீஸ் இந்தக் கேஸைக் க்ளோஸ் பண்ணிட்டாங்க. என் மகன் மேலிருக்கற குற்றத்தை நிரூபிக்க முடியலைங்கறதாலும், அவன் எங்கேன்னு எனக்கு உண்மையிலேயே தெரியாததாலும், அவன் மேல சந்தேகம் திரும்பியிருக்கற விஷயத்தைப் போலீஸ் என்னிடம் சொல்லவே இல்லை... ஒருவேளை அவன் என்னோடு தொடர்பில் இருந்தா, விஷயம் தெரியாம வெளியே வருவான்னு நினைச்சிருக்கலாம்."

"ஆஸ்பத்திரி விஷயம் சாம்பவியே என் கிட்ட மறைமுகமா ஒருதரம் சொன்னா. ஸ்ரீகுமாரைப் பற்றி எதுவும் சொல்லல.

"ஆஸ்பத்திரி மாதிரி ஒரு பெரிய அமைப்போட என்னால் மோத முடியாது. உங்களைக் கூப்பிட முடிவு செய்தேன். ஆனா ஆஸ்பத்திரிக்கு எதிரா நான் புகார் பண்ணினதா இருக்க வேணாம்னு... அதோட சாம்பவியோட ஆவி உண்மைகளை உங்ககிட்டச் சொல்லிடக் கூடாதுன்னு நினைச்சு

அவங்க வெளியே வருவாங்கன்னும் நினைச்சேன். என் மனைவியும் எனக்கு ஒத்துழைச்சா.

"ஆனா வினோத் மேலச் சந்தேகம் திரும்பியிருக்குன்னு உங்கமூலமா தெரிஞ்சதும், அவன் தான் சாம்பவியைக் கொன்னுட்டானோன்னு பயந்துட்டேன். உங்களை வெளியேற்றிட்டா போதும்னு நினைச்சுட்டேன்!"

"அங்கே வினோத் நீங்க சாம்பவியைக் கொன்னுட்டதா பயந்திருக்கான்! ஒருத்தருக்கொருத்தர் ஓப்பனா பேசியிருந்தா, இந்தக் குழப்பங்கள் தீர்ந்திருக்கும். என்ன காரணத்தாலோ அதற்கு இந்த ஜெனரேஷன் தயங்கறாங்க" என்றாள் தர்ஷினி.

"போன ஜெனரேஷன் என்ன வாழ்ந்தது?" என்றார் பஞ்சாபகேசன். "என்னையும்தான் சொல்லிக்கறேன். பாருங்கோ, நான் அனானிமஸ் கால் பண்ணினது, என் மேலேயே சந்தேகப்படும்படி ஆயுடுத்து! ஆனா, சும்மா சொல்லக்கூடாது, அருமையா இந்த வழக்கைத் துப்பறிஞ்சு கண்டுபிடிச்ச உங்களை எவ்வளவு பாராட்டினாலும் தகும்" என்றார்.

"இல்லை சார். இன்னும் சீக்கிரமே நாங்க கண்டுபிடிச்சிருக்கலாம். மாதவி சொன்னதில்

இருந்த முரண்பாட்டை நான் கவனிச்சாலும், ஸ்ரீகுமார் மேல எனக்குச் சந்தேகம் வரல. ராஜேஷ் சார் தான் இந்த ஆவி ஏற்பாட்டைச் செய்திருக்கிறார்னு தெரிஞ்சாலும், வினோத்தைக் காப்பாற்றத்தான் அவர் ஏதோ செய்யறார்னு நினைச்சுட்டோம்! அவ்வளவு அற்புதமா அவரைச் சுற்றியும் வினோத்தைச் சுற்றியும் வலை பின்னப்பட்டிருந்தது. தர்மா என்ற ஒற்றை மனிதனுடைய இண்டியூஷன் இல்லேன்னா, வினோத்தைவிட்டுச் சந்தேகம் அகன்றிருக்கச் சான்ஸே இல்லை.

"அவன்தான் ராஜேஷ் சார் நடிக்கல, தன்னுடைய மகனுடைய இன்வால்வ்மெண்ட் பற்றி அவருக்கு எதுவும் தெரியாதுன்னு அழுத்தமா சொன்னான். பூடகமா இன்னொண்ணும் சொன்னான் – எல்லா ஆங்கிளையும் பாருங்க, வினோத் இல்லேன்னா யாருன்னும் யோசிங்கன்னு! அப்படி யோசித்தபோது வினோத் சீனில் வருவதற்கு முன்னால் சாம்பவி வேலை பார்த்த ஆஸ்பத்திரியின் மீது சந்தேகம் இருந்தது தெரிஞ்சது. அந்தப் புள்ளியிலிருந்து பஞ்சாபகேசன், ஸ்ரீகுமார் என்று எல்லோரையும் ரீச் பண்ண முடிந்தது" என்று முடித்தாள் தன்யா.

எல்லோரும் தர்மாவைப் பார்த்தார்கள். அவன் வெட்கத்துடன் சிரித்தான். "துப்பறியறது எல்லாம் இவங்க ரெண்டுபேரும். அப்ரிசியேஷன் எனக்கா? நான் ஏதாவது சொல்வேன், இவங்களுக்குப் பொறி தட்டிடும். செய்ய வேண்டியது எல்லாம் செஞ்சிட்டு என்னைப் புகழ்ந்து தள்ளிடுவாங்க.

"கடவுளோட அருள், இங்கே எல்லாம் நல்லபடியா முடிஞ்சது. ராஜேஷ் சார், நீங்க ஆவி மாதிரி செட்டப் செய்திருந்தாலும், சாம்பவியோட ஆத்மா இத்தனைநாள் இங்கேதான் நிம்மதியில்லாம அலைஞ்சிருக்கு, இப்போ அதுக்கு அமைதி கிடைச்சிருக்குன்னு நான் நம்பறேன். இதைக் கொண்டாட வேண்டாமா? ஸ்வீட், காரம், காப்பி சொல்லுங்க எல்லோருக்கும்! ஜெயா டிஃபன் செண்டரிலிருந்து!" என்றான் சந்தோஷமாய்.

"இதோ, உடனே ஏற்பாடு பண்றேன். ஜெயா கொண்டு வருவா" என்றார் ராஜேஷ்.

"அவங்களைப் பார்க்கணும் சார். ஸ்டெர்லிங் லேடி" என்றாள் தன்யா.

"கண்டிப்பா பார்க்கணும். அவங்க காலில் விழுந்து நமஸ்காரம் பண்ணணும்" என்றான் தர்மா.

ஆசிரியரை பற்றி

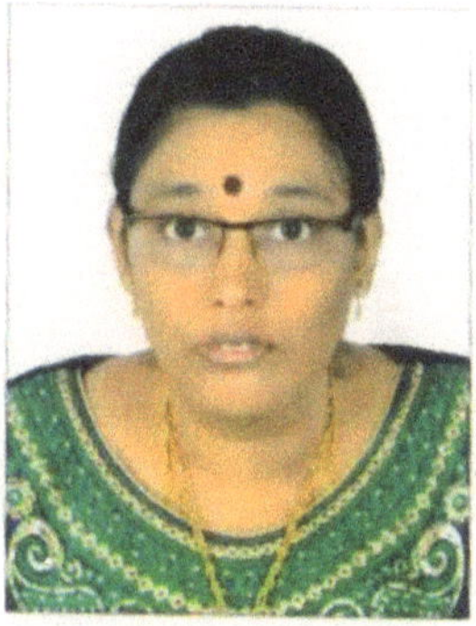

சாய்ரேணு சங்கர்

தமிழ்பிறந்த பொதிகையின் மடியில் தவழும் தென்காசி இவர் ஊர். பொறியியல் துறையில் பட்டம் பெற்றவர். ஆன்மீகக் கட்டுரைகள் பல எழுதியுள்ளார். அவை குங்குமம் ஆன்மீகம், அம்மன் தரிசனம் போன்ற ஆன்மீகப் பத்திரிகைகளில் பிரசுரிக்கப்பட்டுள்ளன. துப்பறியும் நாவல்கள் எழுதுவதில் மிகுந்த ஆர்வமுண்டு. குழந்தைகளுக்கான மாயாஜாலக் கதைகளும் எழுதுகிறார். இவர் துப்பறியும் நாவல் "நாக மேகலை" குடும்ப நாவல் என்ற மாத இதழில் வெளியிடப்பட்டது. எந்தத் துறையில் எழுதினாலும் தர்மமும் கண்ணியமும் குன்றாது எழுத வேண்டும் என்பது இவர் கொள்கை.